கறுப்புத் திரை

ஜா.தீபா

நீலம்

நீலம்

கறுப்புத் திரை (சினிமாக் கட்டுரைகள்)

ஆசிரியர் : ஜா.தீபா

முதற்பதிப்பு : டிசம்பர் - 2023

நீலம் பப்ளிகேஷன்ஸ்,
முதல் தளம், திரு காம்ப்ளக்ஸ்,
மிடில்டன் தெரு, எழும்பூர், சென்னை - 600008.

அட்டை வடிவமைப்பு : தாமோ நாகபூஷணம்
நூல் வடிவமைப்பு : நெகிழன்

விலை ரூ.150

KARUPPUTH THIRAI (NON - FICTION)

Author : J.Deepa © J.Deepa
First Edition : December - 2023

Published by : NEELAM PUBLICATIONS,
1st floor, Thiru Complex, Middleton street,
Egmore, Chennai - 600008.

Email : editor@neelampublications.com
Mobile : +91 98945 25815

INR : 150
ISBN : 978-93-94591-69-1

Neelam Monthly Magazine & Subscription - www.theneelam.com
Neelam Online Store - www.neelambooks.com

ஜா.தீபா (பி.1982)

தொலைகாட்சித் தொடர்களுக்குத் திரைக்கதை வசனங்கள் எழுதிவருகிறார். திரைப்படங்கள் பார்ப்பதில் உள்ள ஆர்வம் காரணமாக அவை குறித்து எழுதத் தொடங்கி, பின் சமூகம், கலை, அரசியல், சிறுகதைகள் என அவரது எழுத்து விரிந்திருக்கிறது.

கணவர் அய்யப்பன் மகாராஜன். குழந்தைகள் பால மயூரா, ராஜ மித்ரா. தற்போது சென்னையில் வசித்துவருகிறார்.

முன்னுரை

அடர்த்தியான ஓர் உலகத்துக்குள் சென்றுவந்த உணர்வு ஒவ்வொரு கட்டுரை எழுதும்போதும் எனக்குத் தோன்றியிருக்கிறது. 2022, ஏப்ரல் அன்று மதுரையில் வானம் கலைத்திருவிழா நடைபெறுகையில் 'விளிம்புநிலை சமூகப் படைப்புகளின் எழுச்சியும் தேவையும்' என்கிற தலைப்பில் உரையாற்ற அழைக்கப்பட்டிருந்தேன். அந்த உரையில் கறுப்பின மக்களை அமெரிக்கா தன்னுடைய திரைப்படங்களில் எப்படிச் சித்திரித்தது என்றும், அந்த நிலை எப்படி மாற்றம் பெற்றது என்றும், அந்த மாற்றத்தின் அவசியம் குறித்தும் பேசியிருந்தேன். அந்த உரைக்குப் பிறகு இயக்குநர் தோழர் பா.இரஞ்சித் அவர்கள், இதனை ஒரு தொடராக நீலம் இதழில் எழுதவியலுமா என்றபோது அதற்கான சாத்தியங்கள் உண்டு என்று தோன்றியது. ஏனெனில், அந்த உரைக்கான தயாரிப்பின்போது ஓர் உரையில் சொல்லிவிடக் கூடிய கருத்துகள் அல்ல என்ற எண்ணம் ஏற்பட்டிருந்தது. முன்னேறிய சமூகமாகச் சொல்லப்படுகிற அமெரிக்கா மறைக்க நினைத்த பக்கத்தினை வெளிக்கொண்டுவந்தவர்களில் போராளிகளுக்கு இணையான பங்களிப்பினைத் திரைப்பட இயக்குநர்களும், தயாரிப்பாளர்களும், இசைக்கலைஞர்களும் செய்திருக்கிறார்கள். அவர்களைப் பற்றி எழுதக்கூடிய வாய்ப்பு என்பதை மிகுந்த பொறுப்பானதாக உணர்ந்தேன்.

அப்படி ஆரம்பித்த தொடர் பதினைந்து மாதங்கள் நீலம் இதழில் வெளியானது. இதில் எழுதப்பட்டுள்ள ஆளுமைகள் ஒவ்வொருவருமே எனக்கு மிக நெருக்கமானவர்கள், நான் ரசிப்பவர்கள். தங்களது படைப்பின் வழியாக என்னுடன் உரையாடியிருக்கிறார்கள். அந்த மானசீகமான உரையாடலின் வெளிப்பாடுகளே இந்தக் கட்டுரைகள்.

மிக அற்புதமான வடிவமைப்பில் ஒவ்வொரு மாதமும் வெளியிட்ட நீலம் இதழின் பொறுப்பாசிரியர் தோழர் வாசுகி பாஸ்கர் அவர்களுக்கும், நீலம் ஆசிரியர் குழுவினருக்கும், தோழர் பா.இரஞ்சித் அவர்களுக்கும், வாசித்துக் கருத்துகளைப் பகிர்ந்துகொண்டவர்களுக்கும் என்னுடைய மனமார்ந்த நன்றிகள்.

நீலம் பதிப்பகம் மூலமாக இந்தப் புத்தகம் வெளிவருவதில் எனக்கு மிகுந்த மகிழ்ச்சியும், மனநிறைவும்.

ஜா.தீபா
9094555509

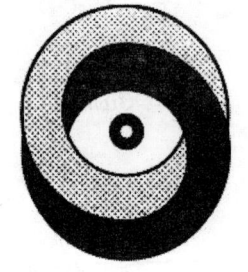

பொருளடக்கம்

நிலம் எழுந்த கதை	....	9
டீ ரீஸ் விரும்பும் இடம்	....	17
ரசிகையின் மகன்	....	24
எம் கதை சொல்வேன்	....	32
இருண்மையை எதிர்கொள்ளல்	....	38
உடைபடும் சங்கிலி	....	44
உனக்கு என்ன ஆனது, மிஸ் சிமோன்?	....	52
ஆகுதல்	....	60
எனக்கான கட்டம் எது கோச்?	....	66
பிதாமகர்	....	73
வெள்ளை மாளிகையும் சிறைக்கூடங்களும்	....	81
கனவின் செயல்	....	88
ஏதேனும் சொல்	....	95
உப்பேறிகள்	....	102
நட்சத்திரம்	....	108

நிலம் எழுந்த கதை

ரயான் கூக்ளர் மார்வெல் ஸ்டூடியோவுக்குப் படம் இயக்குவதற்கான ஒப்பந்தத்தில் கையொப்பமிடுகிறார். அது மார்வெல்லுக்கும் கூக்ளருக்கும் மறக்க முடியாத தினமாகிவிட்டது. இந்தத் தயாரிப்பு நிறுவனம் முதன்முறையாக இளம் இயக்குநர் மேல் நம்பிக்கை வைத்துப் பெருங்கதையைச் சொல்ல நினைத்தது. அது அந்தக் கதையின் மீதான நம்பிக்கை மட்டுமல்ல, கூக்ளர் அந்தக் கதையை மிகச்சரியாக, உணர்வுப்பூர்வமாகக் காட்டிவிடுவார் என்பதில் கொண்டிருந்த நம்பிக்கை.

படத்திற்கு '*The Black Panther*' என்று பெயர் வைத்தார்கள். பல சாதனைகளைப் படம் தொடங்கி வைத்தது. படத்தின் இயக்குநர் ரயான் கூக்ளரின் பெயர் என்றென்றைக்குமாய்ச் சாதனையாளராகப் பதிவு செய்யப்பட்டது. அப்படி இந்தத் திரைப்படம் செய்த சாதனையில் முக்கியமானது ஆப்பிரிக்க, அமெரிக்க இயக்குநர் இயக்கிய படங்களில் அதிக வசூலைப் பெற்றுத் தந்த படமாக இருந்தது என்பதுதான். இதனை அத்தனை முக்கியத்துவப் படுத்துவதற்குக் காரணம் உள்ளது.

‘திரைப்படம் தோன்றிய காலந்தொட்டுத் திரையில் கறுப்பின மக்கள் கூலிக்காரரர்களாக, வீட்டுப் பணியாளர்களாக, அடிமைகளாகத் தொடர்ந்து காட்டப்பட்டு வந்தனர். அவர்களுக்கு வசனங்கள் கூடத் தரப்பட்டதில்லை. தரப்பட்ட வசனங்களும் ‘வந்தேன் எஜமான்... சொல்லுங்க எஜமான்’ பாணி வசனங்களே. மேலும், அவர்களைச் சேரிகளில் வாழும் சுத்தமற்றவர்களாகவும் போதைப் பழக்கம் கொண்டவர்களாகவும், திருடர்களாகவுமே திரையில் காட்சிப்படுத்தினர். காரணம், திரைப்படங்களை இயக்குவதும் தயாரிப்பதும் வெள்ளை இன மக்களாகவே இருந்தனர். அதோடு பார்வையாளர்களும் அவர்கள்தான். இதனால் தங்கள் வாழ்க்கைக்குத் தொடர்பில்லாத திரைப்படத்தைச் சொந்த மண்ணிலேயே பார்க்க வேண்டிய நிர்பந்ததிற்குக் கறுப்பின மக்கள் ஆளாகினர்.

கறுப்பின மக்கள் தங்களின் குரலை, வாழ்க்கையைத் திரையில் சொல்ல வேண்டுமெனில் முதலில் எவையெல்லாம் தேவைப்பட்டிருக்கும். தயாரிப்பு நிறுவனம், அதன்பிறகு தொழில்நுட்பக் கலைஞர்கள், நடிகர்கள் இவர்கள் எல்லோரையும் ஒருங்கிணைத்த பின்னர் அவர்களுக்குத் தங்கள் படத்தினைப் பார்க்கப் பார்வையாளர்கள் வேண்டும் இல்லையா? வெள்ளை இன மக்கள் கறுப்பின மக்கள் இயக்கியப் படங்களைப் பார்க்க பல ஆண்டுகளாக விரும்பவில்லை. இப்பின்னணியில் ‘*The Black Panther*’ படத்தினை பொருத்திப் பார்த்தால், வசூலில் அது பெருமளவு வெற்றி பெற்றதைப் பெரும் சாதனையாகக் குறிப்பிட்டுக் கூறுவதின் நோக்கம் புரியும்.

‘*The Black Panther*’ திரைப்படம் சாகச வீரர்களைப் பற்றிப் பேசியது; அரசியல் பேசியது; ஆப்பிரிக்க இனக்குழுக்களின் அரசர்கள் பற்றிய பார்வையைத் தந்தது. இது மற்றுமொரு சாதனை. ரயான் கூக்ளர் வாசிப்பில் ஆர்வம் உள்ளவர். சாகசக் கதைகளும் காமிக்ஸ்களும் அவரது கற்பனையின் தோழர்கள். அவர் வளருகையில் கேள்விகளும் எழுந்தன. ஏன் எல்லா சாகச வீரர்களும் வெள்ளை இனத்தவராக இருக்கிறார்கள்? என் இனத்தின் சாகச வீரர்கள் எங்கே? அவர்கள் ஏன் பதிவுசெய்யப்படவில்லை. இந்தக் கேள்விதான் ‘*The Black Panther*’ படத்துக்கான அடித்தளம். அவரின் அந்தக் கேள்விதான் மிக காத்திரமான படைப்பாக நம்முன் நிற்கிறது.

கூக்ளர் இரண்டு படங்களை முடித்திருந்தார். அவரது இரண்டாவது படமான ‘*Creeps*’ வெளிவந்த பிறகு மார்வல் நிறுவனம் அவரைத் தங்களது அடுத்த படத்திற்காக அழைத்தது. டா நெஹிசி கோட்ஸ்

எழுதிய காமிக்ஸ் புத்தகமான 'The Black Panther' படத்தை இயக்க வேண்டுமென மார்வெல் கூக்ளரிடம் தெரிவித்தது. டா நெஹிசி கோட்ஸ் பத்திரிகையாளர் கறுப்பின மக்களுக்கான பிரபலமான எழுத்தாளர். இவர் எழுதிய கட்டுரைகளும் தொகுப்புகளும் பெருவாரியான மக்களால் விரும்பி வாசிக்கக் கூடியவை. இவர் எழுதிய காமிக்ஸ் 'The Black Panther' வெளிவந்த உடனேயே விற்பனையில் முதலிடத்தைப் பெற்றது. இதனைத் திரைப்படமாக எடுப்பதற்கு மார்வெல் தயாரிப்பு நிறுவனம் கூக்ளரை அணுகியதும் 'The Black Panther' காமிக்ஸ் மட்டுமல்லாது டா நெஹிசியின் அனைத்துப் படைப்புகளையும் கூக்ளர் வாசிக்கத் தொடங்கினார். அவற்றை வாசிக்கையில் கூக்ளருக்கு ஏற்பட்ட உந்துதல் எல்லாம் உடனடியாக ஆப்பிரிக்கா கிளம்பிப் போக வேண்டும் என்பதாக இருந்தது. அதற்கு முன்புவரை அவர் ஆப்பிரிக்க நிலத்தினைக் கண்டதில்லை. அதனால், தன் மனைவியுடன் பயணப்படுகிறார். அதுவரை எழுத்தின் வழி கூக்ளர் கண்ட ஆப்பிரிக்கா அவர் முன் நிலமாக, மக்களாக, சடங்குகளாக, தெய்வங்களாக உருக்கொண்டிருந்தது.

மூவாயிரம் அடி உயர மலையான டேபிள் மேல் ஏறிநின்று ஆப்பிரிக்காவைப் பார்த்தபோது "இது என் நிலம்... இது என் வேர்... இது என் ஆன்மா" என்கிற எண்ணம் அவருக்குள் தோன்றியது. "நான் யார்? என்று எவரேனும் கேட்டால், அமெரிக்காவில் நான் வசித்த பகுதியினை பெருமையாகச் சொல்வேன். ஆனால், அந்த மலையின் மேல் நின்றபோது, "அதுதான் எனது மண் என நினைத்தேன். எனக்கு மட்டுமல்ல... மனித இனமே அங்கு தான் தொடங்கியது... இது என்னை அதிகம் சிந்திக்க வைத்தது" என்று சொல்லியிருக்கிறார். அவர் அந்த நேரத்தில் எப்படி உணர்ந்திருப்பார் என்பதற்கு ஒரு காட்சியினை 'The Black Panther' படத்தில் பார்க்க முடியும். படத்தின் இறுதியில் தன் தம்பியின் நெஞ்சில் வாளை சொருகிவிட்டு, மலையின் உச்சியில் அவனை நிறுத்தி சூரிய அஸ்தமனத்தின்போது ஜொலிக்கும் வகாண்டாவை டி சல்லா காட்டுவாரே... அந்த மனநிலைதான் டேபிள் மலை மீது நின்ற கூக்ளருக்கும் ஏற்பட்டிருக்கும்.

இறந்துபோகும் தருவாயில் அஸ்தமன சூரியனின் தங்க நிறம் ஜொலிக்கும் முகத்தோடு வகாண்டாவைப் பார்த்து தம்பி சொல்வான் 'பியூட்டிஃபுல்.' இந்தத் தம்பி கடுமையானவன் என அறியப்பட்டவன், சிம்மாசனத்துக்காக அண்ணனைக் கொலை செய்யவும் தயங்காதவன். அவன் இலட்சியம் அவனுக்கு நியாயம் என்றாலும் அதற்காக அவனது

வேரான வகாண்டாவுக்கு வரும் ஆபத்தை அறியாத ஒருவன். அவனுக்கு அந்த மலையின் மேல் ஒரு தரிசனம் கிடைக்கிறது. இறப்பதற்கு முந்தைய நொடி அவனுக்கு இப்படித் தோன்றியிருக்கும், "இந்த வகாண்டா நான் எதிர்பார்த்ததை விட, என் கற்பனையில் இருந்ததை விட அற்புதமானது... இதற்கு அந்நியர் தேவையில்லை... அந்நியர்களுக்கும் வகாண்டா தேவையில்லை" என்று. இதை இயக்குநர் நமக்குச் சொல்லவில்லை. ஆனால், கடுமையான மனம் கொண்ட ஒருவனின் அகத்திலிருந்து வெளிவந்த அந்த 'பியூட்டிஃபுல்' என்பதன் அர்த்தம் இதுவன்றி வேறு எதுவாக இருக்க முடியும். அவனுடைய அப்பா அவனுக்குக் காட்டித் தர நினைத்த நிலமது. அவன் இரத்ததில் கலந்திருந்த கனவு தேசமது. அவனுடைய அப்பாவைக் காட்டிலும் அந்த நிலத்தின் மீது நேசம் கொண்டவனாக அவன் இருந்த காரணத்தில்தான் அந்த மண்ணின் மீது அதன் அழகைக் கண்டுகொண்டே மரிக்கும் வாய்ப்பு அவனுக்குக் கிடைத்திருக்கும்.

கூக்ளருக்கு அந்த மலையின் மீது நின்று பார்த்த ஆப்பிரிக்கா இதே உணர்வைத்தான் தந்திருந்தது. இந்தத் தேசம் அந்நியர்களுக்கு விட்டுக்கொடுக்காமல் வைத்திருந்த வளங்களினால் இன்னும் செழிப்புற்றிருக்கிறது, பிடுங்கிக்கொள்ளப்பட்ட வளங்களினால் தடுமாறுகிறது என்று.

'*The Black Panther*' படம் இயக்குவதற்கு முன்பு கூக்ளர் இயக்கியிருந்தவை இரண்டே படங்கள். அதற்கு முன்பு பெரிய பட்ஜெட் படத்தினை கூக்ளர் இயக்கியிருக்கவில்லை. ஆனாலும், மார்வெல் நிறுவனம் முப்பது வயதுக்குள் இருந்த ஒரு கறுப்பின இயக்குநரை அழைத்து இந்தப் படம் குறித்துப் பேசக் காரணம். அவர் இயக்கியிருந்த மற்ற இரண்டு படங்களில் தன் இன மக்களுக்காகச் சொல்லியிருந்த கருத்துகள்தான். கூக்ளரை அழைத்துப் பேசியபோது, அவர்கள் அவரிடம் கேட்ட முதல் கேள்வியின் பதில் கூக்ளர் மேல் மேலும் நம்பிக்கையை வலுப்பெற வைத்தது.

இந்த ஒட்டுமொத்த காமிக்சில் இருந்து படம் எதை முன்னிறுத்தும் என்பது தயாரிப்பு நிறுவனம் கூக்ளரிடம் கேட்ட கேள்வி. இந்தக் கதையைக் கூக்ளர் எப்படி உள்வாங்கிக்கொண்டார் என்பதைப் புரிந்துகொள்வதற்காகவே அவர்கள் அப்படிக் கேட்டார்கள். கூக்ளரின் பதில் நேர்மையாக இருந்ததை அவர்கள் பின்னாட்களில் நடைபெற்ற ஒரு பத்திரிகையாளர் கூட்டத்தில் தெரிவித்தார்கள். கூக்ளர் தெரிவித்த பதில் என்பது, "என் படம் மூலமாக ஆப்பிரிக்கர்களாக இருப்பதின் அர்த்தம் என்ன என்பதைக் கண்டடைவேன்" என்றிருக்கிறார்.

ஆப்பிரிக்கர்களாக வாழ்வதின் அர்த்தம் என அவர் சொன்னது ஆழ்ந்த பொருள் கொண்ட ஒரு வாக்கியம். இந்தப் படம் காமிக்ஸிலிருந்து எடுத்தாளப்பட்ட படம் என்றபோதும் அதில் எப்படி 'ஆப்பிரிக்கர்களாக' வாழ்வதின் தனி அர்த்தத்தைத் தந்துவிட முடியும் என்ற கேள்வி இயல்பாக எழக்கூடும். இதற்குப் பதில் படத்திலேயே இருக்கிறது. பொதுவாக, ஆப்பிரிக்கர்கள் பற்றியான கருத்தென்பது அவர்கள் நவீன தொழிற்நுட்பத்தை அதிகம் உள்வாங்காதவர்கள் என்பதும், சடங்கு மூட நம்பிக்கை போன்றவற்றில் தங்களைத் தொலைத்தவர்கள் என்பதும்தான். இந்தப் படத்தில் அந்தக் கருத்து உடைபட்டிருக்கிறது. தங்களிடம் உள்ள வளத்தினைக் கொண்டு தனியோர் உலகத்தினை பிரமாண்டமானதாக உருவாக்கிக்கொள்ளும் தகுதி ஆப்பிரிக்காவிற்கு உண்டு என்பதைப் படம் சொல்கிறது. மிக முக்கியமாய் இப்படி வலுவான நாடாக மாறுவது என்பது மற்ற நாடுகளுடன் போட்டிப் போட்டுக்கொள்ள அல்ல, தங்களைத் தற்காத்துக் கொள்ளவும், தன்னிறைவோடு வாழ்வதற்கும் தான் என்பதும் படத்தில் தொடர்ந்து வலியுறுத்தப்பட்டிருக்கிறது.

ஆப்பிரிக்க மண் தொன்மையான வரலாறைக் கொண்டது. பல்வேறு இனக்குழுக்களால் ஆனது. ஒவ்வொரு இனக்குழுவிற்கும் தனிச் சிறப்புண்டு. இதனை அந்நிய தேசத்தின் கண் வழியே பார்ப்பவர்கள் வெறும் காட்டுமிராண்டித்தனமாகவே நினைத்துக்கொள்ள முடியும்.

இதனை டி சல்லா கதாபாத்திரம் அழுத்தமாகத் தன் பார்வையில் குறிப்பிட்டிருக்கும். "வகாண்டா இனி ஒருபோதும் நிழலிலிருந்து கண்காணிக்கப்படப் போவதில்லை. சகோதர சகோதரிகளாக ஒருவருக்கொருவர் எப்படி நடந்துகொள்ள முடியும் என்பதை வகாண்டா இனி உலகிற்குக் காட்டும். நம்முடைய உள்ளப் பிரிவுகள் நம் இருப்பையே கேள்விக்குட்படுத்துகின்றன. எது நம்மை பிரித்திருக்கிறதோ அதுவே நம்மை இணைத்துமிருக்கிறது என்கிற உண்மை நமக்குத்தான் தெரியும். நாம் எல்லோரும் ஒரே இனக் குழு என்பதை உணர்ந்துகொள்ள வேண்டும்," இது ரான் கூக்ளர் தன் அடையாளம் குறித்துச் சொல்ல நினைத்தது.

ஒரு கடவுளிடமிருந்து பிறந்த ஐந்து இனக் குழுக்களிலிருந்து கதை தொடங்குகிறது. அவை ஒன்றுக்கொன்று முரண்பட்டும் ஒற்றுமையாக இருந்தும் தங்களைப் பாதுகாத்துக்கொண்டது என்றாலும் மொத்தமாகத் தங்கள் நிலத்துக்கு ஒரு பாதிப்பு ஏற்படும்போது அவை ஒன்றுகூடி நிற்கும் என்பதையும் படம் வலியுறுத்தியது. இது உலகம்

முழுவதுமுள்ள வெவ்வேறு பார்வையாளர்களிடம் மிகுந்த தாக்கத்தை ஏற்படுத்தியது. அதற்கு முன்பு வெளிவந்த சூப்பர் ஹீரோ படங்கள் ஒரு நகரத்துக்கு ஏற்படப்போகும் பாதிப்பை அந்த ஹீரோ தடுத்து நிறுத்துகிறான் என்ற ரீதியிலேயே இருக்கும். 'The Black Panther' படமும் அவ்வாறானதுதான் என்றாலும் அவை வெறும் ஒரு நகரத்தைக் காப்பதாக மட்டுமில்லை. அது தன் ஒட்டுமொத்தக் கலாசாரத்தைக் காப்பதாக இருந்தது. 'நாங்க யாரு தெரியுமா?' என்று தங்களைப் பற்றி வெளியுலகத்துக்குக் காட்டக்கூடிய கதையாகவும், அதேநேரம் தேவைப்படும்போது வலுவானவற்றைக் காட்டவும் தயங்காத நாடு என்பதையும் காட்டியது.

காலனிய ஆதிக்கத்தின் அத்தனை குரூரங்களையும், அடிமைத் தனத்தையும் பார்த்த மூன்றாம் உலக நாடுகள் விடுதலை அடைந்ததும்தான் தங்களின் முழு மகத்துவத்தை உணர்ந்தன; தங்களால் ஆகக் கூடாதது எதுவுமில்லை என்ற இடத்துக்கு நகர்ந்தன. இந்தத் தனித்த எழுச்சியை வேறெந்த நாட்டினராலும் பெற முடியவே இல்லை. அதனால்தான் முன்னேறிய நாடுகளிலிருந்து வெளிவரும் சூப்பர் ஹீரோ படங்கள் அதிகம் ஒற்றைக் கோட்பாட்டைக் கொண்டிருந்தது. அது ஒரு நகரத்தைக் காப்பது என்ற அளவிலேயே இருந்தது. 'The Black Panther' போன்ற படங்கள் சர்வ சாதாரணமாக எல்லாவற்றையும் தாண்டிச் சென்றது. இதை எல்லாம் மனதில் கொண்டே 'ஆப்பிரிக்கர்களாக வாழ்வது' குறித்துப் படம் பேசும் என ரயான் கூக்ளர் தெரிவித்திருக்க வேண்டும்.

ஒரு கதை, நாவல் அல்லது காமிக்ஸ் போன்றவற்றிலிருந்து திரைப்படம் வெளிவரும்போது அந்த இயக்குநருக்கு அந்தப் படைப்பு ஓர் உள்ளார்ந்த தொடர்பினை ஏற்படுத்த வேண்டும். அந்தப் படைப்பின் வழி தான் கண்டடைந்தது குறித்த தெளிவு இயக்குநருக்கு வேண்டும். இது கூக்ளருக்கு இருந்தது.

திரைக்கதை எழுத அமருகையில் கூக்ளர் மனதில் ஆப்பிரிக்கா குறித்த வேறொரு பார்வைதான் மேலெழும்பிக்கொண்டிருந்தது. ஆப்பிரிக்கா போன்ற நாடுகளிலிருந்து பெயர்ந்து வெவ்வேறு பகுதிகளில் வாழும் மக்கள் அவர்களின் குழந்தைகளுக்குச் சொல்லும் கதைகள் மாயக் கதைகளாகவே இருக்கும். தன்னுடைய மூதாதையர் சொந்த நிலத்திலும் அந்நிய நிலத்திலும் அடிமைகளாக வாழ்ந்தனர் என்பதை, ஓரினம் உண்மையைப் பேசுகையில் மட்டுமே வெளிப்படுத்தும். கதையாகச் சொல்லுகையில் தன் நிலம் சார்ந்த ஆழ்மனப் பதிவுகளையே

கற்பனைகளாகக் குழந்தைகளுக்கு எடுத்துக்காட்டும். இது மனித இனத்தின் உளவியல். இந்த உலகின் கதைகள் பலவும் கற்பனை கதைகளாகப் பெருமளவு உலாவுவதின் உளவியல் இதுதான். எந்த நிலமெல்லாம் அடிமைப்பட்டுக் கிடந்ததோ அந்த நிலத்தில்தான் கற்பனைக் கதைகள் அதிகம். தங்கள் நிலத்தின் மூதாதையர் குறித்து அவர்கள் கொண்ட பிம்பத்தினைத் தங்கள் சந்ததியினர் மேல் இன்னும் வலுப்படுத்த ஒவ்வொருவரும் கைக்கொண்ட வழிதான் கற்பனைக் கதைகள்.

ஆப்பிரிக்க நிலத்தில் உலாவும் மாய மந்திரக் கதைகள் யாவும் அந்த மக்களின் ஆழ்மனத்தின் ஏக்கங்கள். கூக்ளரும் கதை கேட்டு வளர்ந்தவர்தான். தன் அப்பாவின் சொல்வழி அவர் ஆப்பிரிக்கா குறித்த கதைகளைக் கேட்டிருந்தார். அந்தக் கதைகளில் ஆப்பிரிக்கா செழித்து வளர்ந்த தேசமாகவும் மற்ற நாடுகளைவிட கலாச்சார வேர் கொண்ட பூமியாகவும் இருந்தது. கூக்ளர் திரைக்கதை எழுதுகையில் இந்தக் கற்பனை தான் அவரைச் செலுத்தியது. தான் கண்ட ஒரு பெருங்கனவான ஆப்பிரிக்காவினை அவரால் வகாண்டாவுக்குள் கண்டுகொள்ள முடிந்தது.

ஒரு கறுப்பின பெண்ணின் உறுதியை அவர் தன் மனைவி வழியாக உணர்ந்திருந்தார். அதனால்தான் எழுத்தாளர் டா நெஹிசி கோட்ஸ் தன் காமிக்ஸில் சொன்னதைக் காட்டிலும் திரைக்கதையில் பெண் கதாபாத்திரங்களுக்கான வலுவைக் கூட்டியிருந்தார் கூக்ளர். அவர்கள் வீரமானவர்களாக, எதையும் எதிர்கொள்பவர்களாக, நாட்டின் மீது பற்றுக்கொண்டவர்களாக, கலாச்சாரத்தை விட்டுத் தராதவர்களாக, அறிவுள்ளவர்களாக, தொழிற்நுட்ப வல்லுநர்களாக இருந்ததை அவர் இன்னும் விரிவாகத் திரையில் காட்டினார். அவர்கள் அரசியலின் நுணுக்கத்தைப் பேசினார்கள். டி சல்லாவின் அம்மா தன் மகனுக்கு இப்படிச் சொல்லித் தருகிறார், “உன்னுடைய அப்பா உனக்கு எல்லா போர் வித்தைகளையும் கற்றுத் தந்திருக்கிறார். அதில் முட்டாள்தனங்களும் அடக்கம்... ஆனால், அதைவிட அவர் உனக்கு எப்படிச் சிந்திக்க வேண்டும் என்பதையும் சொல்லித் தந்திருக்கிறார். இந்தப் யுத்தத்தினை துப்பாக்கிகளோடு எதிர்கொள்ளாதே” என்பார். புத்தியைப் பயன்படுத்தி வெற்றிகொள் என்பதை அவர் வலியுறுத்தி அது சரியான அறிவுரையாக மாறவும் செய்யும். நாகரீகமான அரசாங்கம் என்பது பெண்களைச் சரிசமமான இடத்திற்கு அழைத்து வரும் என்பதன் உதாரணத்தையும் படம் சொல்கிறது.

ஒரு நாடு மற்றொரு நாட்டுக்கோ இனத்துக்கோ அடிமையாக இருந்து விடுதலையடையும்போது அதன் வரலாறு அடிமைப்படுத்தியவர்களுக்கு உவப்பாக இருந்திருக்கிறது. அடிமைப்படுத்தப்பட்ட நாட்டில் இருந்து இதற்கான எதிர்வினை வந்தாக வேண்டும் அல்லாவா? அந்த எதிர்வினை எப்போதும் கலை வடிவமாக வெளிப்படும்போது அது என்றைக்குமான வெற்றியாக எழுதப்பட்டுவிடுகிறது. 'The Black Panther' புத்தகம் எழுதப்பட்டதும், அது படமாக எடுக்கப்பட்டதும் இந்த வெற்றியைச் சொல்வதற்குத்தான்.

அடிமைப்படுத்திய கதையை எழுதுபவர்களுக்கு நாங்கள் ஓய்வதில்லை என்று திருப்பிச் சொல்லும் படங்கள் இவை.

கறுப்பின நாயகன், நாயகி, கதாபாத்திரங்கள், தொழிற்நுட்பக் கலைஞர்கள், இயக்குநர், எழுத்தாளர் எனப் பிரமாண்ட கூட்டு முயற்சியில் வெளிவந்த இந்தத் திரைப்படம் எல்லோராலும் மீண்டும் மீண்டும் பார்க்கப்படுகிறது.

இந்தப் படத்தின் தாக்கம் இன்றுவரை உலகின் பல பகுதிகளிலிருந்து வெளிவரும் படங்களிலும் உள்ளது.

இந்தப் படம் நிலவியலை, அரசியலை, பண்பாட்டினை, மனிதத்தைப் பேசுகிறது. இதைக் காட்டிலும் ஒரு முக்கியமான கருத்து உண்டு. அது, சுய ஆதாயத்திற்காக ஒரே நாட்டின் மக்களையே ஒருவருக்கொருவர் எதிரிகளாக இரத்தம் சிந்தவைக்க அதிகாரத்தால் முடியுமெனில், நான் என்பது நாம்தான் என்று அறிந்துகொள்வதின் வழியாக அதனை எதிர்க்கவும் முடியும் என்கிறது திரைப்படம்.

இன்றைய சூழலில் தேவைப்படுகிற ஒரு கருத்தும் கூட.

டீ ரீஸ் விரும்பும் இடம்

அமெரிக்காவின் டென்னிஸி மாகாணம் நாஷ்வில்லி நகரத்துக்குப் பல முகங்கள் உண்டு. இன்று அங்கு உயரமான கட்டடங்கள் உள்ளன. அதிவேக வளர்ச்சிபெற்ற நகரமாகவும் இருக்கிறது. ஆனால், அறுபதுகள் வரை அங்கிருந்த நிலைமை வேறு. கறுப்பு X வெள்ளை இனப்பாகுபாடு அதிகமுள்ள பகுதியாக இருந்தது. உணவகங்களிலும் பொது இடங்களிலும் கறுப்பின மக்களுக்குத் தனி வரிசை, அலட்சியமான கவனிப்பு எனக் கடைபிடிக்கப்பட்டதில் அங்குள்ள கறுப்பின மக்கள் பொது இடங்களில் உள்ளிருப்புப் போராட்டங்களை நடத்தத் தொடங்கினர். இது பொருளாதாரத்தைக் கடுமையாகப் பாதிக்கத் தொடங்கியது. இதன் பின்னரே அங்கே சமூகச் சமன்பாடு மெல்லத் தொடங்கியது.

நாஷ்வில்லி பற்றிய அறிமுகத்துக்குக் காரணம் இங்கு பிறந்த கறுப்பினப் பெண் இயக்குநர் டீ ரீஸ். இவரது அப்பா காவல்துறை அதிகாரியாக இருந்தார். அம்மா ஒரு பல்கலைக்கழகத்தின் விஞ்ஞானியாகப் பணிசெய்தார். டீ ரீஸ் தனது நாற்பதாவது வயதில் ஹிலாரி ஜோர்டான் எழுதிய 'Mudbound' நாவலுக்குத் திரைக்கதை எழுதி அதே பெயரில் படத்தை இயக்கினார். படம் 2017ஆம் ஆண்டு வெளிவந்தது, சிறந்த தழுவல்

திரைக்கதைக்கான ஆஸ்கர் விருதுக்கும் பரிந்துரைக்கப்பட்டது. இப்பிரிவில் ஆஸ்கருக்குப் பரிந்துரைக்கப்பட்ட முதல் கறுப்பினப் பெண் ஆனார் டீ ரீஸ். அந்த வருடத்திய ஆஸ்கரைப் பெறவில்லை என்றாலும், முக்கியமான திரைப்படம் எனப் பெயர் பெற்றது. இந்த இடத்துக்கு டீ ரீஸ் சாதாரணமாக வந்துவிடவில்லை. நிறைய ஓட வேண்டியிருந்தது; கற்றுக்கொள்ள வேண்டியிருந்தது; தன்னையே சந்தேகப்பட வேண்டியிருந்தது. அதனால் அந்த ஓட்டத்தைப் பார்த்துவிட்டு '*Mudbound*' பற்றிப் பேசினால் சரியாக இருக்கும்.

உள்ளாடைகள் விற்பனை செய்யும் நிறுவனத்தில் விற்பனைப் பிரிவில் வேலை செய்து கொண்டிருந்தார் டீ ரீஸ். ஊர் ஊராகச் சுற்றுகிற வேலை, விதவிதமான மனிதர்களைச் சந்திக்க முடியும் என்பதே இந்த வேலையை டீ ரீஸ் தேர்ந்தெடுக்கக் காரணம். இந்த நிறுவனத்தில் ஒருநாள் விளம்பரப் படம் ஒன்று எடுக்கப்பட்டது. அதனை வேடிக்கை பார்க்கப் போயிருந்தார் டீ ரீஎஸ். "இதுதானே.. நான் நினைத்தது.. எனக்கு இதுதானே தேவை... இத்தனை அழகாய் கற்பனை செய்து திரையில் காட்ட முடியும் என்றால், அதை ஏன் நான் முயற்சிக்கக் கூடாது. நான் ஏன் இயக்குநராகக் கூடாது?" என்பதுதான் டீ ரீஸின் எண்ணமாக இருந்தது. அவர் இப்படி நினைத்தாராம், "நான் மீன்.. இதுவரை தண்ணீரைக் காணாத மீன்.. இதோ என்முன் தண்ணீர்." சட்டென்று வேலையை உதறிவிட்டு மீன் தண்ணீரில் நீந்தத் தொடங்கி விட்டது.

திரைப்பட இயக்கம் பற்றித் தெரிந்துகொள்ள நியூயார்க் பல்கலைக்கழகத்தில் சேர்ந்தார் டீ ரீஸ். தங்கிப் படிக்க ஒரு வீடு தேவையாக இருந்தது. நியூயார்க் நகரில் ஓர் அடுக்குமாடிக் குடியிருப்பில் டீ ரீஸுக்கு வீடு கிடைத்தது. அங்கு அவர் தங்கியிருக்கிறார் என்பதே ஆச்சரியமான செய்தியாக அமைந்தது. காரணம், அங்கு குடியிருந்த அனைவருமே வெள்ளை இன மக்கள். டீ ரீஸ் வீட்டினுடைய உரிமையாளர்கள் கறுப்பினத்தவர்கள், டீ ரீஸ் திரைப்படப் படிப்பில் சேரவிருக்கிறார் என்றதும், பிடித்துப் போய் வீட்டினை வாடகைக்குத் தந்திருக்கின்றனர். டீ ரீஸுக்கு இது முதல் வரவேற்பாக அமைந்தது.

பல்கலைக்கழகத்தில் அவருக்குப் பகுதி நேர ஆசிரியராகப் பணியாற்றியது இயக்குநர் ஸ்பைக் லீ. அவர் அப்போது '*Inside Man*' படத்தின் முன்தயாரிப்பு வேலையில் இருந்தார். அவருடைய வகுப்பிலிருந்து இரண்டு மாணவர்களைத் தனது படத்தின் இடைநிலைப் பயிற்சியாளராகச் சேர்த்துக் கொள்வதாக

அறிவித்திருந்தார். அதற்காக அவர் பயிற்சியும் தந்திருந்தார். மாணவர்கள் அதை எப்படிப் புரிந்துகொண்டிருக்கிறார்கள் என்பதைத் தெரிந்துகொள்ள பரிசோதனையும் வைத்தார். அவர்களில் இரண்டு பேர் தேர்ந்தெடுக்கப்பட்டு அவருடைய உதவியாளராகச் சேர்ந்தனர். அதில் ஒருவர் டீ ரீஸ்.

அதற்கு முன்புவரை ஒரு படப்பிடிப்புத் தளத்தில் எப்படிப் படப்பிடிப்பு நடைபெறும், அதற்கான தயாரிப்புகள் என்ன என்பதைப் பற்றிப் பாடத்தில் மட்டுமே படித்திருந்த டீ ரீஸ் முன்பாக ஓர் உலகம் விரிந்தது. இது தனக்குக் கிடைத்த பெரிய வாய்ப்பென நினைத்து வேலை செய்தார். இப்போதும் தனது மாணவியான டீ ரீஸிடம் தான் வியக்கும் ஒன்றாக ஸ்பைக் லீ சொல்வது அவரது கடின உழைப்பைத்தான். படப்பிடிப்பில் வேலை செய்துமுடித்து, கல்லூரிப் படிப்பையும் முடிக்கும் நாளில் பேராசிரியை டன்லப் என்பவர் டீ ரீஸ் கைகளில் நாணயங்களைத் தருகிறார், "நாணயங்கள் கனக்கிறதா? உனது கனவுகளும் இதுபோல கனக்கும்... ஏனெனில் இது உனது கனவு மட்டுமல்ல... பள்ளிக்குக் கூடச் செல்ல முடியாத உனது மூதாதையரின் கனவும்தான். திரைப்படத் துறைக்கு உனது வருகை கனமிக்கக் கனவுகளின் வழியாக இருக்கட்டும்" என்று நாணயங்களைக் கையில் அளித்தார். தன் மக்களின் குரலாக ஒலிக்க வேண்டும் என்று நினைத்திருந்த டீ ரீஸுக்கு இந்த வார்த்தைகள் உற்சாகம் தந்தன.

'Pariah' என்ற பெயரில் ஒரு திரைக்கதையை எழுதினர். அதனைக் குறும்படமாக இயக்கினார். அந்தக் குறும்படம் சர்வதேச அளவில் நாற்பதுக்கும் மேற்பட்ட விருதுகளைப் பெற்றது. ஆனால், இதனை முழு நீளத் திரைப்படமாக எடுக்க எந்தத் தயாரிப்பாளரும் முன் வரவில்லை. அச்சமயம் ஒரு தொலைக்காட்சி நிறுவனத்துக்காக ஆவணப் படம் எடுக்கும் வாய்ப்பு கிடைத்தது. அது 'Eventual Salvation' என்ற பெயரில் வெளிவந்தது. எண்பது வயதான பெண் தன்னுடைய நிலத்தை மீட்டு, அங்கு வீடு கட்டியது குறித்த ஆவணப்படம் அது. மிகுந்த வரவேற்பையும் பெற்றது. அந்தப் பெண்மணி டீ ரீஸின் பாட்டியேதான். இரண்டாம் உலகப் போரின்போது தனது சொந்த நிலத்திலிருந்து வெளியேற்றப்பட்ட ஒருவர், மீண்டும் தனது நிலத்துக்கான போராட்டத்தை முன்வைத்துத் திரும்பவும் அங்கு வீடு கட்டிக்கொண்டதைப் பற்றியே டீ ரீஸ் ஆவணப்படம் எடுத்திருந்தார்.

ஆவணப்படத்தில் பெயர் வாங்கியாகிவிட்டது. இப்போது 'Pariah' திரைக்கதையைத் தயாரிப்பு நிறுவனங்கள் ஏற்றுக்கொள்ளும் என்கிற

நம்பிக்கை டீ ரீஸுக்கு வந்தது. ஒவ்வொரு தயாரிப்பு நிறுவனமாகச் சென்றுகொண்டிருந்தார். ஏற்கெனவே விற்பனைப் பிரதிநிதியாகப் பொருட்களைக் கடை கடையாக எடுத்துச் சென்று விற்ற அனுபவம் டீ ரீஸுக்கு உண்டு. ஒரு பொருளின் எந்த மதிப்பை முன்வைத்தால் விற்பனையாகும் என்பதை அவர் கற்றிருந்தார். அதனால், 'Pariah' திரைக்கதையைச் சளைக்காமல் கேட்பவர்களிடம் சொல்லிக் கொண்டிருந்தார். பல தயாரிப்பு நிறுவனங்களுக்கும் அதன் திரைக்கதை வடிவத்தைக் கொண்டு சேர்த்தார். "இன்று அழைப்பு வரும்... நாளை கூட வரலாம்" என்று காத்திருந்தவருக்கு எந்த அழைப்பும் வரவில்லை. சோர்வு தட்ட ஆரம்பித்தது.

ஒருநாள் *focus features* நிறுவனத்தில் திரைக்கதையைத் தந்திருந்தார். இதுவும் ஒரு முயற்சியே என்ற நிலையில்தான் இருந்தார். ஆனால், அவர்கள் அந்தக் கதையைப் புரிந்து கொண்டார்கள். உடனடியாகப் படப்பிடிப்பைத் தொடங்கச் சொன்னார்கள். அதன்பின் நடந்ததெல்லாம் டீ ரீஸ் மறக்கமுடியாத அனுபவங்கள். படம் வெளிவந்தது. டீ ரீஸுக்கு நல்ல பெயர். பதின் பருவத்தில் இருக்கும் கறுப்பினப் பெண் தன்னைத் தன்பால் சேர்க்கையாளர் எனக் கண்டுகொண்ட தருணத்தையும், குடும்பத்தில், குறிப்பாக அவள் அதிகம் நம்பிய அப்பாவிடமிருந்து கிடைத்த எதிர்வினைகளையும் சொல்லும் படம். அந்தப் பெண் வீட்டைவிட்டுச் செல்கிறாள். அவள் அப்பாவுக்கு எழுதும் கவிதையில், "நான் ஓடவில்லை... தேர்ந்தெடுக்கச் செல்கிறேன்" என்கிறாள். தனது இலட்சியத்துக்காகச் செல்லும் ஒவ்வொருவரும் சொல்லும் வாக்கியமாக அது மாறியது. ஒருவகையில் இது தன்னுடைய வாழ்க்கையில் தான் அடிக்கடி நினைக்கும் வாக்கியம் என்கிறார்.

'Pariah' வெளிவந்த ஆண்டு 2011. அதன்பின் நான்கு வருடங்கள் கழித்தே 'Bessie' படத்தை இயக்கினார். அமெரிக்க ப்ளூஸ் இசைக்குழுவின் பாடகி பெஸ்ஸி ஸ்மித்தின் வாழ்க்கைக் கதை இது. ஹெச்பிஓ நேரடியாகத் தயாரித்தது. ஹெச்பிஓ தொலைக்காட்சியில் இதுவரை வெளிவந்த திரைப்படங்களில் அதிகம் பேர் பார்த்தது இந்தப் படத்தைத்தான் என்று அந்நிறுவனம் அதிகாரப் பூர்வமாக வெளியிட்டது.

டீ ரீஸைப் பொறுத்தவரைத் தன் இனத்தின் வரலாறுகளை, அவர்களின் கடந்தகால வலிகளை, வாழ்க்கையைப் பதிவு செய்ய வேண்டுமென்பதில் எப்போதும் உறுதியாக இருக்கக் கூடியவர். டீ ரீஸின் பாட்டி டைரி எழுதும் பழக்கம் கொண்டவர். அவர் தான்

சந்தித்த பல அனுபவங்களை எழுதியபடி இருந்திருக்கிறார். பலவற்றைக் கதைகளாகப் பேரப்பிள்ளைகளுக்குச் சொல்லி இருக்கிறார். பாட்டி டைரியில் பதிவு செய்ததை டீ ரீஸ் திரைப்படமாக எடுத்திருக்கிறார். அவரது பாட்டி பண்ணையில் வேலை செய்தவர். பருத்தி விவசாயி. வீட்டில் எப்போதுமே பருத்தி மூட்டைகளும் அதன் வாசனையும் நிரம்பியிருக்கும் என்கிறார் டீ ரீஸ். அந்த வாசனைகளுக்கு நடுவில் பருத்தி மூட்டைகளுக்குள் உட்கார்ந்து தன் பாட்டி எழுதிய டைரியை வாசிக்கையில் ஒவ்வொன்றுமாகக் காட்சியாக மனதில் விரிந்ததைத்தான் பின்னாளில் திரைப்படமாக மாற்றுகிறார். ஹிலாரி ஜோர்டான் எழுதிய '*Mudbound*' நாவல் வாசிக்கக் கிடைத்த போது தன்னுடைய குடும்பத்தின் வரலாறுக்கும் நாவலுக்குமுள்ள தொடர்பைப் புரிந்துகொள்கிறார். அதனாலேயே அதற்குத் திரைக்கதை அமைத்தார் டீ ரீஸ்.

"என்னைப் பொறுத்தவரை என்னுடைய குடும்பக் கதையை விவரித்துச் சொல்வது அவமானகரமானதாக இல்லை. என்னுடைய பாட்டி பண்ணையில் வேலை செய்தவர். அவருடைய அனுபவங்களைத் தர விரும்பினேன். சின்னச் சின்ன விஷயங்களில் ஏற்படுகிற வசதிகளுக்குக் கூட அவர் நன்றியுணர்வைக் கொண்டிருந்தார். ஒரு கோப்பை குளிர்ந்த நீர் அருந்துவற்குக் கிடைத்தால் கூட அதனை நன்றியுணர்வுடன் ஏற்றுக்கொள்வார். ஏனெனில் ஒரு கோப்பைநீர் குளிராவதற்கு அது பல நிலைகளைக் கடக்க வேண்டிருக்கிறது என்பது அவர்களது எண்ணம். அவர்களைப் பொறுத்தவரை காபி, சர்க்கரை, இனிப்புகள் இவையெல்லாமே ஆடம்பரமான பொருட்கள். இவர்கள் தினமும் இறைச்சி எடுத்துக்கொண்டதில்லை, ஒருநாளைக்கு அறுநூறு கலோரிகள் மட்டுமே எடுத்துக்கொள்கிறார்கள். அவர்கள் பழச்சாறுகளைக் கூட கண்டதில்லை

இவர்கள் மேல் எப்போதும் ஒருவித நாற்றம் இருந்துகொண்டே இருக்கும். நீங்கள் இதனை எப்படிப் புரிந்துகொள்வீர்கள்? அவர்களுடைய இடங்கள் எப்படி இருக்கும் என்று உங்களுக்குத் தெரிய வேண்டுமில்லையா? அதனால்தான், இவர்களைப் பற்றிய கதையை எடுக்க நினைத்தேன்" என்று ஒரு நேர்காணலில் சொல்லியிருந்தார் டீ ரீஸ்.

'*Mudbound*' படத்தைப் பார்த்தவர்களுக்கு அவர் சொல்வது புரியும். எப்போதும் ஈரம் காயாத சேரும் சகதியுமான ஒரு நிலத்தில் வேலை செய்யும் இரண்டு குடும்பங்கள். ஒரு குடும்பம் வெள்ளை இனம், மற்றொன்று கறுப்பினம். வேறு குடியிருப்புகள் ஏதுமற்ற அந்த

நிலத்தில் இரண்டு குடும்பங்கள் மட்டுமே வசிக்கின்றன. இரண்டு குடும்பங்களும் ஒரே அளவிலான வசதிகளையும் பொருளாதார அமைப்பையும் கொண்டது. ஆனாலும் கூட வெள்ளையினக் குடும்பத்தினர் கறுப்பினக் குடும்பத்தைத் தங்களோடு இணைத்துக் கொள்ளாமல் ஒதுக்கியே வைத்திருக்கின்றனர். இதோடு ஏவல் பணி செய்வது அவர்களின் கடமை என்பது போல நிறுவுகின்றனர். இப்படிச் செய்வது இயல்பானதென்றே இரு குடும்பங்களும் ஏற்றுக்கொள்கின்றன. இரண்டாம் உலகப்போரின் போது நடைபெற்ற மாற்றங்களை இதோடு பதிவு செய்கிறார் டீ ரீஸ். படம் எதையும் பிரச்சாரமாகவோ, நியாயம் கோரியோ நிற்கவில்லை. ஆனால், யதார்த்தத்தைப் பதிவு செய்கிறபோது அனைத்தும் கேள்விகளாகின்றன.

இரண்டாம் உலகப்போரின்போது அமெரிக்க இராணுவத்தில் பணிக்குச் சேர எல்லோருக்கும் அழைப்பு விடுக்கப்பட்டது. கறுப்பின மக்கள் பலரும் இராணுவத்தில் கலந்துகொண்டார்கள். போர் முடிவுக்கு வந்தது. மிஞ்சியவர்கள் தங்களின் இடம் திரும்பினார்கள். ஆனால், எப்போதும் போல பேருந்துகளில் பின்வாசல் வழியாகத்தான் அவர்கள் ஏற்றப்பட்டார்கள். பொது இடங்களில் ஒதுங்கி நிற்க வைக்கப்பட்டார்கள். பொதுக் கழிவறையைப் பயன்படுத்தத் தடை நீடித்தது. எந்த வழக்கமும் மாறவில்லை. அவர்கள் மீண்டும் வயல்களில் கூலிக்காக வேலை செய்தார்கள்; தெரு வியாபாரிகளானார்கள். இவர்கள் இராணுவத்தில் சேர்ந்து நாட்டுக்காகச் சண்டையிட்டவர்களாக இருந்தனர்.

போர் வரும்போது மட்டும் எந்தப் பாகுபாடும் இல்லாமல் அனைவரின் ஒத்துழைப்பும் வேண்டும் என்று நினைத்தவர்கள், போர் முடிந்ததும் கண்டுகொள்ளாதுவிட்டதைத் தன் குடும்பத்திலேயே கண்டிருந்தார் டீ ரீஸ். "ஒரு நாட்டின் குடிமகன் என்பதால் போருக்குச் சென்ற நாங்கள், போர் முடிந்ததும் மீண்டும் ஏன் அடிமைகளாக நடத்தப் படுகிறோம்? யாருடைய குடிமகன்கள் நாங்கள்?" என்கிற கேள்விகளை டீ ரீஸ் தனது படைப்புகள் மூலமாக முன்வைக்கிறார்.

டீ ரீஸினுடைய பாட்டியின் அம்மாவுக்கென ஒரு கனவும் இருந்ததில்லை. கனவு காணலாம் என்பது கூட அவருக்குத் தெரிந்திருக்கவில்லை. பாட்டிக்கு ஸ்டனோக்ராஃபர் ஆக வேண்டும் என்ற கனவு இருந்திருக்கிறது. ஆனால், கடைசி வரை பண்ணையில்தான் வேலை செய்ய முடிந்திருக்கிறது. டீ ரீஸின் அம்மா படித்து விஞ்ஞானியாக இருந்திருக்கிறார். டீ ரீசோ யாரும் சுலபத்தில்

எட்ட முடியாத கனவுக்குள் நுழைந்து தன் இனம் குறித்துப் பதிவு செய்து உலகறியச் செய்திருக்கிறார். இது டீ ரீஸின் வளர்ச்சி மட்டுமல்ல, எங்கெங்கு உரிமைகள் மறுக்கப்படுகிறதோ, குரல்கள் அமைதியாக்கப் படுகிறதோ அதன் வெளிப்பாடு இப்படித்தான் இருக்கும்.

டீ ரீஸ் தொடர்ந்து படங்களை இயக்குகிறார். சில படங்கள் தோல்வியடைந்துள்ளன, சில கவனம் பெறுகின்றன. இது ஒரு படைப்பாளருக்குச் சகஜமே. ஆனால், எந்தப் படத்திலும் அவர் தன் சுயத்தை விட்டுக்கொடுத்ததில்லை. தான் நினைத்ததைச் சொல்கிறார்; விமர்சனத்தையும் எதிர்கொள்கிறார். பதிலே சொல்ல வேண்டாம், இட்ட வேலையைச் செய்துகொண்டிருக்கப் போதுமானது உங்கள் வாழ்க்கை என்கிற பின்னணியில் இருந்து வந்தவர், எல்லோரையும் எதிர்கொண்டு பதில்களைத் தருகிறார் என்பதும் அவரது பதில் வேண்டிக் கேள்விகள் முன்வைக்கப்படுகின்றன என்பதுமே பெரும் சாதனை.

டீ ரீஸ் போன்றவர்கள் விரும்பிய இடம் இது. அதற்காகவே இவர்கள் எழுதுகிறார்கள்; இயக்குகிறார்கள்.

ரசிகையின் மகன்

"**ஹா**லிவுட் கதாபாத்திரங்களுக்கும் எனது கதாபாத்திரங்களுக்கும் வித்தியாசம் இருக்கிறது தெரியுமா! எனது கதாபாத்திரங்கள் உண்மையானவை"

ஹாலிவுட்டின் கதவுகளுக்குள் நின்றுகொண்டு இப்படிச் சொல்ல வேண்டுமெனில் ஒருவருக்கு அசாத்திய தைரியம் இருக்க வேண்டும், அல்லது தன்னுடைய படைப்புகளின் மீது பெரும் நம்பிக்கைக் கொண்டிருக்க வேண்டும். ஸ்பைக் லீக்கு இரண்டும் உள்ளன.

ஸ்பைக் லீயின் ரசிகர்களுக்கு அவரின் தொப்பியும் நன்கு அறிமுகமாயிருக்கும். 1619 என்கிற எண்களிடப் பட்ட தொப்பி அது. அவை வெறும் எண்களல்ல. அதைப் பார்க்கும் ஒவ்வொருவருக்கும் அதன் பின்னணி தெரிய வேண்டும் என்றே ஸ்பைக் லீ அணிகிறார். அவருடைய மூதாதையர்கள் ஆப்பிரிக்காவில் இருந்து அமெரிக்காவிற்கு அடிமைகளாகக் கடத்திக் கொண்டுவரப்பட்டவர்கள். ஒட்டுமொத்த அமெரிக்கக்

கறுப்பினத்தின் மூதாதையர்கள். சொந்த நிலத்திலிருந்து ஆப்பிரிக்கர்களை அடிமைகளாக ஏற்றிவந்த முதல் கப்பல் அமெரிக்காவிற்கு வந்து சேர்ந்த வருடம் 1619. அமெரிக்கப் புரட்சியில் முதல் இரத்தப் பலி கொடுத்ததும் ஆப்பிரிக்கனே. தங்களின் இருப்பைக் கேள்விக்குள்ளாக்கும், எந்த வரலாற்றையும் மறந்துவிடக்கூடிய மனித மூளைகளுக்கு அறிவுறுத்த வேண்டியே 1619 எண்ணிட்ட தொப்பியை ஸ்பைக் லீ அணிகிறார்.

ஸ்பைக் லீ அரசினைக் கேள்வி கேட்பார்; தனது கருத்துகளை வெளிப்படுத்தியதற்காகச் சர்ச்சைகளுக்கு உள்ளாவார்; திரைப்படத் துறையில் உள்ள ஏற்றத் தாழ்வுகளை மேடையில் பட்டெனப் போட்டு உடைப்பார். இதற்கென அவருக்குத் தனித் தைரியம் தேவைப்பட்டிருக்கவில்லை. அவருக்கு இருந்த ஒரே உறுதி, அவர் இறந்த காலத்தையும் நிகழ்காலத்தையும் அறிந்தவர் என்பதுதான். தனது படங்களின் வழி அவர் இவை இரண்டையும் குறித்த சிந்தனையைத்தான் கேள்வியாக முன்வைக்கிறார்.

படங்களில் பேசுவதோடு அவர் தன்னை ஒதுக்கிக்கொள்வதில்லை. அமெரிக்காவில் ஹரிகேன் புயல் தாக்கியபோது விளிம்புநிலை மக்களை அரசு கைவிட்டதை ஆவணப்படமாக எடுத்து வெளியிட்டதோடு, அப்போதைய புஷ் தலைமையிலான அரசாங்கத்தை விமர்சிக்கவும் செய்தார். அந்த ஆவணப்படத்தில் அவர் கறுப்பு, வெள்ளை இனப்பாகுபாட்டினைப் பார்க்கவில்லை, மிகவும் பின்தங்கிய பகுதிகளைப் புஷ் அரசாங்கம் எவ்வாறு புறந்தள்ளியது என்பதைப் பதிவு செய்திருந்தார். அதில் வெள்ளை இன மக்களின் துயரங்களும் மிகுந்திருந்தன.

ஸ்பைக் லீயின் அம்மா இலக்கியங்களில் ஆர்வம் கொண்டவர். மகனுக்கு அவர் சொன்னக் கதைகளில் வரலாறுகளும் உண்டு. அப்பா ஜாஸ் இசைக் கலைஞன். பாப் டைலனுடன் இசைக் கச்சேரிகள் செய்தவர். பாப் டைலன் எலெக்ட்ரிக் கிதாருக்கு மாறியபோது, "என்னால் அதோடு ஒத்துப்போக முடியவில்லை" என நல்ல வருமானம் தந்துகொண்டிருந்த மேடை நிகழ்வுகளில் பங்கேற்பதை நிறுத்திக்கொண்டவர். அவருக்கு அப்போது ஸ்பைக் லீயோடு சேர்த்து ஐந்து குழந்தைகள். அப்பாவுக்கு வேலையில்லை என்றதும் லீயின் அம்மா வேலைக்குச் சென்றார். பள்ளிகளில் கறுப்பின இலக்கிய வகுப்பினை எடுக்கத் தொடங்கினார். "எல்லோருக்கும் நான் சமமானவன் என்று நிரூபிக்க வேண்டுமானால், அவர்களைவிட எல்லாவற்றிலும் உயர்ந்தவன்

என்பதை முதலில் காட்டியாக வேண்டும்" இது லீயின் அம்மா தனது குழந்தைகளுக்குக் கற்றுக்கொடுத்தது. அம்மாவின் பாதிப்பும் அப்பாவின் பிடிவாதக் குணமும் கொண்ட குழந்தையாகவே வளர்ந்தார் லீ.

அவருடைய அப்பாவிற்குத் திரைப்படங்கள் பார்ப்பதென்பது அறவே விரும்பத்தகாத ஒன்று. அவருடைய ஆர்வமெல்லாம் விளையாட்டுகளில் மட்டுமே. லீயின் அம்மா திரைப்பட ரசிகை. மார்ட்டின் ஸ்கார்சியின் ரசிகையாக இருந்திருக்கிறார். அவர் மூலமே திரைப்படங்கள் குறித்த பார்வையும், அதைப் பகுத்தறியும் திறனும் வாய்க்கப்பெற்றதாகப் பலமுறை வெளிப்படுத்தியிருக்கிறார் லீ. தனது கல்லூரி காலகட்டத்தில் அம்மாவை இழந்தார் லீ.

கல்லூரியில் படிக்கும்போது நண்பர்களுடன் சேர்ந்து ஒரு குறும்படத்தை இயக்கினார். அது கல்லூரிக்குள் கவனம் பெற்றது. படிப்பு முடிந்ததும் அதே குழுவினரைக் கொண்டு அவர் இயக்கிய படம் *'She Has Got To Have It.'* அந்தப் படத்தை இரண்டே வாரங்களில் முடித்தார்.

அப்போது தொடங்கி தொடர்ந்து சுயாதீனப் படங்கள் எடுப்பதில் விருப்பம்கொண்டிருக்கிறார். "நமக்கான படங்களை நாம்தான் எடுக்க வேண்டியிருக்கிறது. ஹாலிவுட்டின் கதவுகள் நமக்காகத் திறக்கும் என்று காத்திருக்க முடியாது. நம் இனத்தைச் சேர்ந்த ஒருவர் இயக்குநராகவும், நடிகராகவும், தொழிற்நுட்பக் கலைஞராகவும் இருப்பதைவிட முக்கியமானது ஸ்டூடியோவின் தலைமையை ஏற்பது. அதுதான் அதிகார மையம். அது நிகழும்போதுதான் நமது படங்களும் ஜன ரஞ்சகச் சந்தைக்கு வரும்" என்பார். இவரது சொந்தத் தயாரிப்பில் எடுத்த படங்கள் உலகம் முழுவதும் அதிகக் கவனத்தைப் பெற்றிருக்கின்றன. குறைந்த செலவில் ஒரு கதையை எப்படிச் சொல்ல முடியும் என்பதை அவர் தொடர்ந்து வலியுறுத்திக்கொண்டேயிருக்கிறார்.

இதற்கு அவரது மூன்றாவது படமான *'She Has Got To Have It'* படத்தை உதாரணமாகச் சொல்லலாம். லீ வளர்ந்த ப்ருக்ளின் அவரது படத்தில் தவறாமல் இடம்பெற்றிருக்கும். ப்ருக்ளினின் சகிக்கமுடியாத கோடைகாலம் இந்தப் படத்தின் தவிர்க்க முடியாத ஓர் அங்கம். அந்தப் பகுதியின் வெப்பத்தை நம்மால் ஒவ்வொரு காட்சியிலும் உணர முடியும். இப்படம் வெளிவந்த காலத்திலும், முப்பது ஆண்டுகளுக்குப் பிறகு யுனிவர்சல் ஸ்டூடியோ மீண்டும்

வெளியிட்டபோதும் கடும் எதிர்ப்பையே சந்தித்தது. தான் வாழ்ந்த தெருவில் நடந்த சம்பவங்களையே லீ கதையாக மாற்றியிருந்தார். இதற்காக அவர் ஒரு தெருவையே உருவாக்க வேண்டியிருந்தது. சொந்தத் தயாரிப்பு என்பதால் மிகக் கச்சிதமாகத் திட்டமிட்டிருந்தார். அந்தப் படத்தில் இடம்பெறுகிற பீட்சா கடையும் வீடுகளும் உடைந்துபோன கட்டடங்களில் இருந்து உருவாக்கப்பட்ட தற்காலிகப் படப்பிடிப்புத் தளங்கள். அதில் பழங்கால ஓவியங்கள், வண்ணங்கள் என ஒவ்வொன்றும் திட்டமிட்டுக் குறைந்த செலவில் உருவாக்கப்பட்டவை. அதில் ஒரு தீ விபத்துக் காட்சி. அதுவும் கூட கேமராவில் எது காட்டப்படுமோ அதற்கு மட்டுமே முக்கியத்துவம் கொடுக்கப்பட்டு எடுக்கப்பட்ட காட்சி, அதிக பட்ஜெட் படங்களுக்கு இணையான தரத்தையும் தந்திருந்தது.

லீயின் ஒவ்வொரு படங்களிலுமே 'இனப் பிரச்சனையை அவர் தூண்டிவிடுகிறார்' என்கிற குற்றச்சாட்டு எழுந்தபடி இருக்கும். அதற்கு ஒவ்வொரு முறையும் சளைக்காமல் பதில் சொன்னபடி இருக்கிறார் லீ. "நாங்கள் யார் என்பதை நீங்கள் ஒவ்வொரு நாளும் நினைவுபடுத்திக்கொண்டே இருக்கிறீர்கள். நியூயார்க் நகர வீதிகளில் டாக்ஸிகளை வாடகைக்குக் கேட்டால், 'எங்கள் ட்ரிப் முடிந்துவிட்டது' என்று சொல்கிறார்கள். அது பொய் என்று எங்களுக்குத் தெரியும். இப்படி ஒவ்வோர் இடத்திலும் நீங்கள் பாகுபாடு காட்டிக்கொண்டே இருக்கையில் அதைப் பற்றி மட்டும் பேசவே கூடாது என்று சொல்வது சரியாகப்படுகிறதா?" இது லீயின் கேள்வி. இவருடைய கதாபாத்திரங்களும் இதையேதான் கேட்கின்றன.

"நாங்கள் குடியிருக்கும் பகுதியில் கடை வைத்திருக்கும் நீ ஏன் உன்னுடைய சுவர்களில் ஒரு கறுப்பினத் தலைவனின் புகைப் படத்தைக் கூட மாட்டவில்லை. எல்லாமே இத்தாலியர்களாகவும் அமெரிக்கர்களாகவும் இருக்கிறார்களே ஏன்" என்று கேட்கும் ஒரு கதாபாத்திரம்.

"நீங்கள் உங்கள் இனத்தின் விடுதலைக்காக இதெல்லாம் செய்கிறீர்களா?"

"இல்லை, அவர்களின் அதிகார உரிமைக்காக"

கடவுள் என்ன கறுப்பரா? எல்லாருக்கும் தெரியும் கடவுள் வெள்ளை நிறத்தவர் என்பது.

இவை இவர் படங்களின் சில உதாரணங்கள்.

இவரது படங்கள் எதையும் வெளிப்படையாக விவாதிக்கும், பேசிவிடும் தன்மை கொண்டவை. இதற்கு முக்கியக் காரணம் அவர் தனது கதைகளைத் தானே தயாரிக்கிறார் என்பது. யாரிடமும் ஒவ்வொரு காட்சிக்குமான அர்த்தத்தையோ, அதன் அரசியல் பின்புலத்தையோ சொல்ல வேண்டிய அவசியத்தை அவர் விரும்புவதில்லை. இப்போதும் அவரது தயாரிப்பு நிறுவனமான *Forty Acres and Mule Film works* - ஐ ப்ரூக்ளினில் தன் இன மக்கள் வசிக்கும் தெருவிலேயே நடத்திவருகிறார்.

திரைப்படங்களின் ஆதிக்கத்தை அவர் முப்பது வருடங்களாக நேரில் சந்தித்ததால், பலருக்கும் இலவசமாகத் திரைப்பட நுணுக்கங்களைக் கற்றுத் தருகிறார். எந்தக் கல்லூரிக்கும் சிறப்புப் பேராசிரியராகச் செல்கிறார். அதற்கு ஒரே காரணமாக அவர் சொல்வது, "நமது கருத்தைச் சொல்வதற்காக ஒரு வலிமைமிக்கத் தளமாகத் திரைப்படங்கள் இருக்கின்றன. அதை வாய்ப்புள்ளவர்கள் பயன்படுத்திக்கொள்ள வேண்டும்" என்பதுதான். எந்தத் திரியில் நெருப்புப் பற்றும் என்பது நமக்குத் தெரியாது. என்னுடைய கடமை எல்லாம் நெருப்பை எடுத்துக்கொண்டே அலைவதுதான் என்பது லீயின் வாழ்க்கை முறைகளில் ஒன்று.

பொதுவாக லீயின் மீது சுமத்தப்படும் குற்றச்சாட்டுகளில் ஒன்று, அவர் வன்முறையைத் தூண்டுகிறார் என்பதாக இருக்கிறது. "ஒருவன் வன்முறையைத் தூண்டுவதற்கும், தன்னைத் தற்காத்துக்கொள்ள திருப்பித் தாக்குவதற்குமான வேறுபாட்டினைத்தான் என் படங்களில் பார்க்க முடியுமே தவிர, வன்முறையை அல்ல" என்பது அவரது வாதம். அவர் படங்களைப் பார்க்கும் எவருக்கும் அவர் சொன்னதன் அர்த்தம் புரியும்.

ஒரு பூங்காவில் கறுப்பினப் பெண் ஒருவர் நான்கு பேரால் கூட்டுப் பாலியல் வன்கொடுமை செய்யப்பட்டபோது அரசாங்கமும் ஊடகங்களும் அதைக் கண்டுகொள்ளவில்லை. கறுப்பின மக்கள் தங்களுக்குள் அடிதடியில் ஈடுபடும்போது, "இவர்கள் அடித்துக்கொண்டு சாகட்டும்" என்று விட்டுவிடுகிறார்கள். ஆனால், வெள்ளை இனப் பெண்ணுக்கு இது மாதிரியான பாதிப்பு ஏற்பட்டால், உடனே கடவுள் இருக்கிறாரா என்கிற ரீதியில் கேள்விகள் எழுப்பப்படுகின்றன. இதையெல்லாம் தொடர்ந்து பார்த்துக்கொண்டிருக்கும் தன்னைப்

போன்ற ஒருவன் இதற்கான எதிர்வினையைப் படங்களில் காட்டுவதில் என்ன தவறு என்பது லீயின் குரல்.

தன்னுடைய மையக் கதாபாத்திரங்களை அவர் அறிமுகப்படுத்தும் விதமே அலாதியானது. 'Inside man' படத்தில் டால்டன் ரஸ்ஸல் தன்னைப் பற்றி இப்படிச் சொல்வதிலிருந்து தொடங்கும் படம். "என் பெயர் டால்டன் ரஸ்ஸல்... நான் சொல்வதைக் கவனமாகக் கேளுங்கள். ஏனெனில் நான் வார்த்தைகளைக் கவனமாகத் தேர்ந்தெடுப்பவன்" இப்படி அவன் தொடங்குகையில் பார்வையாளர்கள் கூர்மையடைந்துவிடுவார்கள். டால்டன் ரஸ்ஸல் என்ன சொன்னாலும் கேட்கத் தயாராகிவிடுவார்கள். அவன் எங்கிருக்கிறான் என்பதை அடுத்த ஷாட் காட்டிவிடும். சிறையில் அமர்ந்திருப்பான் ரஸ்ஸல். போதுமான அளவுக்குப் பார்வையாளர்களுக்கு ஆர்வத்தை ஏற்படுத்தியவுடன், கதைக்குள் செல்வார் லீ. இந்தப் படத்தில் ஏ.ஆர். ரஹ்மான் இசையமைத்த 'சைய்யா சைய்யா' பாடலை டைட்டிலில் பயன்படுத்தியிருந்தார்.

அதேபோல் இவரது படங்களின் முதல் காட்சி என்பது அதி சுவாரஸ்யாமனது, நம்மால் யூகிக்க முடியாதது. 'Blackkklansman' படத்தின் முதல் காட்சி 'Gone with the Wind' படத்தின் காட்சியிலிருந்து தொடங்கும். அமெரிக்க உள்நாட்டுப் போரில் காயமடைந்த வீரர்களுக்கு நடுவில் நாயகி நடந்து வரும் காட்சி. அது முடிந்ததும் ஒருவர் வெள்ளை இன மக்கள் எத்தனை உயர்வானவர்கள், அவர்களுடன் கறுப்பின மக்கள் ஏன் ஒன்று கலக்கக்கூடாது என்றும் பைபிளில் வெள்ளை இன மக்களே உலகத்தை ஆள வேண்டும் என்று சொல்லப்பட்டுள்ளது என்றும் ஆவேசமாகப் பேசிக்கொண்டிருப்பார். அவருக்குப் பின்னால் திரையில் வெவ்வேறு காட்சிகள் ஓடிக் கொண்டிருக்கும். பதினைந்து நிமிடங்களுக்குப் பிறகே நாம் கதைக்குள் வருவோம். கல்லூரி மாணவர்கள் மத்தியில் சட்ட உரிமை குறித்துப் பேசுபவரிடமிருந்து படம் தொடங்கும். இந்தப் படம் லீ இயக்கியதில் குறிப்பிடத்தக்கது. 1970இல் கொலோரோடாவில் றான் ஸ்டால்வார்த் என்கிற கறுப்பினத்தவர் முதன்முதலாகக் காவல்துறையில் பணியில் அமர்த்தப்படுகிறார். அவர் அப்போதைய ரகசியக் கலவரக் குழுவான குகு கிளானில் ஊடுருவுகிறார். அந்தக் குழு அமெரிக்கா வெள்ளை இனத்தவருக்கே என்று கலவரங்களை ஏற்படுத்தும் குழு. அதில் ஊடுருவும் றான் சந்திக்கும் சவால்களும் சாகசங்களுமே கதை.

மிகத் தீவிரமான அரசியலைப் பேசக்கூடிய படம் இது. லீ இதில் செய்திருக்கும் வித்தை என்பது றான் ஸ்டால்வார்த்தின் கதாபாத்திர வடிவமைப்புதான். சுற்றிலும் வெள்ளை இனத்தவர் இருக்க, அவர்களுக்கிடையில் பணியாற்ற தனியான நெஞ்சுரம் வேண்டும் என்பதைத் தெரிந்துகொள்ளும் றான், எது குறித்தும் பகடியையும் அதே சமயம் தன்மானத்தையும் ஒருசேரக் கொண்டிருக்கும் ஒருவராக இருக்கிறார்.

அடுத்தது மால்கம் எக்ஸ் திரைப்படம். இவர் இயக்கிய படங்களில் நிச்சயமாய் குறிப்பிட்டுச் சொல்ல வேண்டிய படம் 'Malcolm X.' முதலில் மால்கம் எக்ஸின் குரல் மட்டுமே ஒலிக்கும். அவர் பேசிய பிரபல மேடைப் பேச்சில் ஒலிக்கிற குரல். அதன் பின் நாம் அறிந்த மால்கம் எக்ஸ் வெகு நேரத்துக்குப் பிறகே தோன்றுவார். ஒரு தலைவன் எப்படி உருவாகிறார் என்பதைக் காட்டும் படம். அதில் எப்போதுமே வியக்கும் ஒரு காட்சி ஒன்றுண்டு. மரணத்துக்கான மேடையை நோக்கி மால்கம் எக்ஸ் செல்வதற்கு முன்பு வரும் காட்சி. மிகப் புத்திசாலித்தனமான, அதே நேரம் நம்மை உணர்வுவயப்பட வைக்கும் காட்சி. மால்கம் எக்ஸ் எந்த மேடையில் எதைப் பற்றிப் பேசிக்கொண்டிருந்தபோது சுடப்பட்டு இறந்து போனார் என்பது வரலாறு. அதனால் படம் பார்ப்பவர்களுக்கு அவர் மரணத்துக்கான மேடை நோக்கிப் போகிறார் என்பது தெரிந்துவிடும். அதை லீ காட்டியிருக்கும் விதம் அற்புதமானது.

சிறந்த தொழிற்நுட்பக் கலைஞரான ஸ்பைக் லீ, தன் படங்களில் வண்ணங்களைப் பயன்படுத்தும் விதமும் கேமரா கோணங்களும் வசனங்களும் அப்படியோர் ஒத்திசைவைக் கொண்டிருக்கும். அவருடன் பணியாற்றிய தொழிற்நுட்பக் கலைஞர்கள் அநேகமாய் முப்பது வருடங்கள் அவருடன் பயணப்பட்டவர்களாகவே இருப்பார்கள். ஆனாலும் ஒவ்வொரு படத்தினைத் தொடங்குவதற்கு முன்பும் அவர் அதற்கான முன் தயாரிப்பில் முழுமையாக ஈடுபடுவதைத் தவிர்க்கக்கூடாது என்றே நினைக்கிறார். குழுவில் உள்ள அனைவருக்கும் படப்பிடிப்பின் அத்தனை திட்டங்களும் தெரிந்திருக்க வேண்டும் என்று திட்டமிடுபவர் லீ.

லீயின் படங்களும் அவரது பேச்சுகளும் சர்ச்சைக்குள் சிக்கலாம். அது குறித்து அவர் கவலைப்படுவதில்லை. எல்லோருக்கும் அவர் சொல்லும் பதில்,

“வரலாற்றைப் புரிந்துகொள்பவர்கள் என்னையும் புரிந்து கொள்வார்கள்.” இவருடைய படங்களைப் பார்ப்பதற்கு அமெரிக்கக் கறுப்பின அரசியல் குறித்தும், அதன் வரலாறு பற்றியும் அடிப்படையாகத் தெரிந்துகொள்ளும் அவசியத்தினை ஏற்படுத்தியிருக்கிறார். அதனைத் தெரிந்துகொண்டு பார்ப்பவர்களுக்கு அவர் சொல்லும் செய்தி எத்தனை ஆழமானது என்பது புரியும். அவர் எதிர்காலத்தின் மீது நம்பிக்கைக் கொண்டவர். திரைப்படங்கள் வழி தன் இனத்தின் எதிர்காலச் சந்ததியினருக்கு ஒரு செய்தியை, வரலாற்றினை ஒவ்வொரு படத்திலும் அவர் தந்துகொண்டேயிருக்கிறார்.

ஓர் இயக்குநராக அது தன்னுடைய பணி என்று நம்புகிறார். அதனாலேயே அமெரிக்க இனவெறி அடிப்படைவாதிகள் இவர் படத்தைக் கண்டு அஞ்சுகின்றனர். அச்சம் ஆபத்தானது, ஆனால் வரலாற்றை மறைப்பவர்களின் அச்சம் அவசியமானது. இது ஷெல்டன் ஜாக்சன் லீ என்கிற ஸ்பைக் லீக்கும் தெரியும்.

எம் கதை சொல்வேன்

சன்டான்ஸ் விருதினைப் பெற்ற முதல் ஆப்பிரிக்க அமெரிக்கப் பெண் இயக்குநர். சிறந்த இயக்குநருக்கான கோல்டன் க்ளோப் விருதுக்குப் பரிந்துரைக்கப்பட்ட முதல் ஆப்பிரிக்க அமெரிக்கப் பெண். சிறந்த படத்திற்கான விருதுக்காகப் பரிந்துரைக்கப்பட்ட முதல் ஆப்பிரிக்க அமெரிக்கப் பெண்.

இவை எல்லாவற்றுக்கும் ஒரு பெயர் ஏவ டூவர்னே. அம்மா, சித்தி, பாட்டி எனப் பெண்கள் சூழ்ந்த வீட்டில் வளர்ந்தவர். ஏவ டூவர்னேவின் குடும்பத்தில் யாரும் திரைப்படத்தோடு நேரடித் தொடர்பு கொண்டவர்கள் அல்லர். இவரது சித்திக்கு மட்டும் திரைப்படங்கள் பார்ப்பதென்றால் அத்தனை ஆர்வம், படம் பார்க்கப் போக வேண்டுமென்றால் முதல் ஆளாகத் தயாராவது, எந்தப் படத்தைப் பற்றிப் பேசினாலும் அதன் அத்தனை நுணுக்கங்களைப் பற்றியும் பேசுவது எனத் திரைப்படக் கலைக்களஞ்சியமாக இருந்திருக்கிறார். பள்ளிக்கூடம் முடிந்ததும் ஏவ டூவர்னேவை அப்படியே திரையரங்குக்கு அழைத்துச் சென்றுவிடுவாராம்,

புத்தகங்கள் வாசிப்பதிலும் திரைப்படங்கள் பார்ப்பதிலும் சித்திக்கு இருந்த ஆர்வம் ஏவ டூவர்னேயுடன் உரையாடும்போது ஒரு வெள்ளமெனப் பாய்ந்திருக்கிறது. தன்னையறியாமல் அத்தனையையும் பெற்றுக்கொள்ளும் சேமிப்புக் கிடங்காக இருந்ததை ஏவ டூவர்னே பல இடங்களில் குறிப்பிட்டிருக்கிறார். அப்போதெல்லாம் கூட தான் ஒரு திரைப்பட இயக்குநராவோம் என ஏவ டூவர்னே நினைத்ததில்லை. அவரின் கவனமெல்லாம் ஆங்கிலத்தில் புலமை பெறுவதும், அமெரிக்க, ஆப்பிரிக்க இனத்தவர் குறித்து ஆய்வு செய்வதிலுமாக இருந்திருக்கிறது.

இப்படியாக இருந்தவர்தான் விளம்பரத் துறைக்குப் பணியில் சேர வருகிறார். ஃபாக்ஸ் திரைப்பட நிறுவனத்தின் விளம்பரப் பிரிவில் வேலை கிடைக்கிறது. ஒரு படத்தினை எவ்வாறெல்லாம் விளம்பரம் செய்யலாம் எனக் கற்றுக்கொள்கிறார். குறிப்பாக இளைஞர்களிடம் எப்படி சினிமாவைவைக் கொண்டு சேர்ப்பது என்பதைப் புரிந்துகொள்கிறார். இரண்டாண்டுகள் அங்கு பணி செய்தபின் சொந்தமாக விளம்பர நிறுவனம் தொடங்குகிறார். அப்போது ஏவ டூவர்னேக்கு வயது 27.

இந்த விளம்பர நிறுவனத்தை அவர் படம் இயக்கத் தொடங்கிய சில வருடங்கள் வரை தொடர்ந்து நடத்திருக்கிறார். இப்போதும் கறுப்பினத்தவர் தயாரிப்பில் வெளிவருகிற சுயாதீனப் படங்களுக்கு மட்டுமே விளம்பர ஆலோசகராகப் பணி செய்கிறார்.

ஒரு படத்திற்கான விளம்பரம் என்பது அதில் நடிக்கும் பிரபலமான நடிகர், நடிகைகளை மட்டும் சார்ந்ததல்ல என்பது டூவர்னேக்கு விளம்பரத்துறை கொடுத்த அனுபவம். முதல் படம் தொடங்கி இவரது தற்போதைய தொடர்கள் வரை பிரபல நடிகர்கள் தனது படைப்புகளின் முகங்களாக இருக்க வேண்டும் என்று அவர் நினைத்ததில்லை. டூவர்னேக்குத் திரைப்பட இயக்கம் மீதான ஆர்வம் வருவதற்கு ஒருநொடிதான் காரணமாக இருந்தது. பலருக்கும் வாழ்க்கையைத் திசைமாற்றும் நொடி மின்னற்பொழுதே நிகழும்.

மைக்கேல் மான் இயக்கிய *'Collateral'* படத்தின் படப்பிடிப்பில் பணி நிமித்தமாக வேடிக்கை பார்த்துக்கொண்டிருந்தார் டூவர்னே. லாஸ் ஏஞ்சல்ஸின் ஒரு தெருவில் காட்சி எடுக்கப்பட்டுக்கொண்டிருந்தது. சுற்றிலுமுள்ள தெருக்களை, மக்களைப் பார்க்கிறார். "இவர் இந்தத் தெருவில் படம் எடுக்கிறார். நாம் ஏன் இந்தத் தெரு குறித்த படத்தினை எடுக்கக்கூடாது" என்பது மின்னல் நேர யோசனையாக வந்துபோனது. அதுவே அவரை முதல் படமான *'I Will Follow'* நோக்கித் தள்ளியது.

ஏவ டூவர்னே அதற்கு முன்பு திரைக்கதை எழுதியதில்லை. அதற்கான பயிற்சி வகுப்புக்கோ, கல்லூரிக்கோ சென்றதில்லை. யாரிடமும் உதவியாளராகவும் பணியாற்றியதில்லை. அவர் செய்ததெல்லாம் திரைக்கதைகளை வாசித்துக்கொண்டே இருந்ததுதான். சிறந்தவை எனப் பட்டியலிடப்பட்ட திரைக்கதைகளை வாசித்தார். அவருக்குத் திரைக்கதையின் வடிவம் எப்படி அமைந்திருக்க வேண்டும், காட்சிகளை எப்படி வேறுபடுத்த வேண்டும், ஒரு கதாபாத்திரத்தை அறிமுகம் செய்கையில் எதனைக் கவனத்தில் கொள்ள வேண்டும் பின்னணிக்காக எவற்றையெல்லாம் திரைக்கதையில் குறிப்பிட்டிருக்க வேண்டும் என்கிற தெளிவு ஏற்படுகிறது.

இனி கதைதானே சொல்ல வேண்டும். அந்தக் கதையை அவர் கற்று வைத்திருக்கிற சட்டத்தில் சரியாய்ப் பொறுத்த வேண்டும். திரைக்கதையில் அவருக்கு அத்தனை சந்தோசம் ஏற்பட்டிருந்தது. தன்னால் திரைக்கதை எழுத முடியும் என்கிற நம்பிக்கை ஏற்பட தன்னுடைய படத்தின் கதையைத் தேர்ந்தெடுக்கிறார். அவர் எடுத்துக் கொண்டது ஓர் எளிமையான கதையை. ஆனால், அது எல்லோருக்குமான கதையாக இருந்தது. மாயே என்கிற பெண் தன்னுடைய பிரியத்திற்குரிய உறவுக்காரப் பெண்ணை இழக்கிறார். அந்த வயதான பெண் இறந்த நாளன்று நடக்கிற சம்பவங்களே கதை. ஒரே வீடுதான் படம் முழுவதும். மாயேவைச் சந்திக்க, துக்கம் விசாரிக்க வருபவர்கள் என ஒவ்வொரு கதாபாத்திரத்தையும் வீட்டுக்குள் அழைத்துவந்து கதை சொன்னது திரைக்கதை.

திரைக்கதையை எழுதி முடித்துவிட்டு ஒவ்வொரு படத்தயாரிப்பு நிறுவனத்தையும் தொடர்புகொண்டார். எல்லாருமே கதை நன்றாக இருக்கிறது என்று சொன்னார்கள். அவர்களுக்கு இருந்த ஒரே பிரச்சினை, படத்தின் கதாநாயகியும் பின்னணியும் கறுப்பினத்தவராக இருந்ததுதான். ஏவ டூவர்னேவுக்கு இது திகைப்பை ஏற்படுத்தியது. “நான் பார்த்த மனிதர்களை, என்னுடைய அனுபவங்களை, என் உணர்வுகளை வெளிப்படுத்த இவர்கள்தானே சரியாக இருக்க முடியும். நான் ஏன் என் கதையை வேறு யாருக்கோ நடந்ததாகச் சொல்ல வேண்டும்” என்று கேள்வி கேட்டார். பதில் இல்லை. படத்தை அப்படியே விட்டுவிட்டு ஆவணப்படம் எடுக்கப் போய்விட்டார்.

அவர் எடுத்தது ஹிப்ஹாப் பாடகிகளைக் கொண்ட இசைக்குழு பற்றியது. ஆவணப்படம் எடுக்கையில் அவருக்கு யோசனை தோன்றியது, “நாமே ஏன் படத்தைத் தயாரிக்கக் கூடாது?” இந்த

யோசனையே பிறகு செயலாக மாறியது. ஒரு நபர் மட்டும் உதவுவதாகச் சொல்ல, படத்தினைத் தொடங்கினார். யாருமே தெரிந்த முகங்கள் கிடையாது. ஒரு வீட்டை வாடகைக்கு எடுத்தார். பணம் இருக்கும்போது படப்பிடிப்பு நடைபெறும். பிறகு விளம்பர நிறுவனத்தில் ஒரு வேலையைப் பிடிப்பார். அந்த வேலையில் இருந்து பணம் கிடைத்ததும் மீண்டும் படப்பிடிப்புத் தொடங்கும். இப்படியே அவர் படத்தை எடுத்துக் கொண்டிருந்தார். முழுப் படத்துக்கு அவர் எடுத்துக்கொண்டது வெறும் பதினாறு நாட்கள் மட்டுமே.

நல்ல வசனங்கள், தேர்ந்த ஒளிப்பதிவு, நேர்த்தியான படத்தொகுப்பு என முதல் படத்தில் ஒவ்வொன்றையும் திட்டமிட்டார். அத்தனை திரைப்பட விழாக்களுக்கும் அனுப்பினார். விமர்சகர்களின் கவனத்தைப் படம் ஈர்த்தது. அவர் பெயர் தெரிய ஆரம்பித்தது. உடனடியாக அவரை நம்பித் தயாரிப்பாளர்கள் முன்வரவில்லை. அப்படியே வந்தாலும் உன் கதையை, உன் மக்களை முன்னிறுத்தாதே என்றார்கள். "நான் திரைப்படம் இயக்க வந்ததே எங்கள் கதையைப் பேசத்தான்" என்று வந்தவர்களையும் வழியனுப்பி வைத்தார்.

டூவர்னேயின் அப்பா அலபாமாவில் வசிப்பவர். அவரைப் பார்க்க அங்குச் செல்லும்போதெல்லாம் அவருக்கு அலபாமாவில் நடந்த 'இரத்த ஞாயிறு' வரலாற்று நிகழ்வு நினைவுக்கு வரும், இதே ஆற்றுப் பாலத்தில்தானே உரிமை அமைதி ஊர்வலம் சென்ற என் மக்களை அடித்தார்கள் என ஏவ டூவர்னே நினைத்துக்கொண்டே பயணித்தார். அப்பாவும் அது குறித்துப் பல கதைகளைச் சொல்ல, "எவரேனும் தயாரிக்க முன்வந்தால் இரத்த ஞாயிறு குறித்த படத்தை எடுக்க வேண்டும்" என்று உறுதிகொண்டிருந்தார். 'வரும்போது வரட்டும், நமக்கென்ன? நாம் திரைக்கதை எழுதுவோம்' என்று திரைக்கதை எழுதி, அதற்கு '*Selma*' என்றும் பெயரிட்டார். படத்திற்குச் சிறந்த தயாரிப்பாளர் கிடைத்தார். அவர் படத்தில் காத்திரமான ஒரு கதாபாத்திரத்திலும் நடித்திருந்தார். அது படப்பிடிப்பின்போது எதிர்பார்ப்பைக் கூட்டத் தொடங்கியது, அந்தத் தயாரிப்பாளர் பிரபல தொகுப்பாளர் ஓபரா வின்ஃபிரே.

டூவர்னே பற்றிப் பேசும்போது '*Selma*' பற்றிப் பேசியே ஆக வேண்டும். **1964**ஆம் ஆண்டு மார்டின் லூதர் கிங் ஜூனியருக்கு அமைதிக்கான நோபல் பரிசு அளிக்கப்படுகிறது. இதனை எதிர்த்துப் பெரும் கலவரத்தையும் வன்முறையையும் அமெரிக்க வெள்ளை இனத்தவரின் ரகசியக் கும்பல் ஒன்று ஏற்படுத்தியது. ஒரு தேவாலயத்தை

வெடிகுண்டு வைத்துத் தகர்த்த, அங்கு பிரார்த்தனைப் பாடல் பாடுவதற்காகத் தயாராகிக்கொண்டிருந்த சிறுமிகள் இறந்து போகிறார்கள். இது கறுப்பின மக்களிடம் பெரும் கொந்தளிப்பை ஏற்படுத்தியது. அதே நேரம் தங்களுக்கு வாக்குரிமை வேண்டும் எனப் பொது மக்கள் சிலர் குரல் எழுப்புகின்றனர். அவர்களைத் தொடர்ந்து துன்புறுத்துகிறது அரசு. இவையெல்லாம் ஒன்றிணைய அமைதிப் பேரணியை நடத்தி நமது போராட்டத்தைத் தெரிவிப்போம் என முடிவு செய்கின்றனர் கறுப்பின மக்கள்.

அந்தப் போராட்டமும் அதனால் ஏற்படும் விளைவுகளும் படத்தில் தெளிவாகவும், உணர்வுப் பூர்வமாகவும் சொல்லப்பட்டிருக்கிறது. அதன் பின்பும் தொடர்ந்து உண்மைச் சம்பவங்களை அடிப்படையாகக் கொண்ட கதைகளையே டுவர்னே இயக்கினார். அவற்றில் சில வணிகரீதியான தோல்வியைச் சந்தித்தாலும், விமர்சகர்களின் பாராட்டைப் பெற்றன.

டுவர்னேயின் மிகப்பெரிய பலம், கச்சிதமான திரை மொழி. அனாவசியமான எந்தக் காட்சியுமற்ற அடர்த்தியான கதை சொல்லல் முறையினைக் கொண்டிருக்கிறார். ஒரு திரைக்கதையை எழுதி முடித்ததும், ஒவ்வொரு கதாபாத்திரத்தின் பார்வையிலும் அந்தக் கதை எப்படி நகரும் என்பதை எழுதுகிறார். இதனால் ஒவ்வொரு கதாபாத்திரம் குறித்த தெளிவும் அவரிடத்தில் இருக்கும். திரைப்படத்தில் ஒன்றிரண்டு காட்சிகளில் இடம்பெறும் கதாபாத்திரங்களுக்குக் கூட அவர்களின் முன்கதையும், கதாப்பாத்திரத் தன்மையும் அவசியம் என நினைப்பவர். அதேபோன்று குழந்தைகளுக்கும் பெற்றோருக்குமான உரையாடலையும் உறவில் ஏற்படுகிற சிக்கல்களையும் உரையாடல்களையும் அவரின் பெரும்பாலான படங்களில் பார்க்க முடியும்.

பிறகு இயல்பான உரையாடல்கள் இவரின் தனித்துவம், 'I will Follow' படத்தில் ஓர் உரையாடல் இப்படி அமைந்திருக்கும்,

"என்னுடைய சித்தி அமன்டாதான் எனக்கு ஒப்பனை மீது ஈர்ப்பு வரவைத்தது. குறிப்பாக, கண்களுக்கான ஒப்பனையை அவரிடமிருந்துதான் கற்றுக்கொண்டேன். அவர் சொல்வார், "உன் கண்கள்தான் சிறப்பானதாகத் தெரிய வேண்டும், அப்போதுதான் மகிழ்ச்சியானவளாகத் தெரிவாய். ஏனெனில் அப்போதுதான் கண்களின் ஒப்பனை அழிந்துவிடும் என்று அழ மறுப்பாய்... இது எத்தனை நல்ல விசயமில்லையா?" என்பார்."

மிகச் சாமானியமான ஒரு கதாபாத்திரத்துக்கு ஏற்படுகிற சிக்கல்களும் எதிர்பாராத சம்பவங்களுமே இவரது கதையின் அடிப்படையாக இருக்கின்றன. திரைப்படத்துறையில் ஆர்வமிக்க ஒருவருக்கு ஏவ டூவர்னேயிடம் கற்றுக்கொள்ள ஏராளம் உண்டு. சுற்றிலும் புயலும், சுழலும் சுற்றியடித்தாலும் தன்னுடைய லட்சியத்தில் உறுதியாக இருக்கும் ஒருவருக்கு, எல்லாம் தானாக வந்து அமையும் என்பதை ஒவ்வொரு முறையும் சொல்லிக்கொண்டே இருக்கிறார். இந்த வார்த்தைகளை அநேகமாக முன்னேறிய ஒவ்வொருவரும் சொன்னார்கள் என்றாலும் கூட டூவர்னே சொல்கிறபோது கூடுதல் மதிப்பு இருக்கத்தான் செய்கிறது.

ஒரு கிணற்றுக்குள்ளிருந்து உலகத்தைப் பார்க்க முடியாமல், கிடைக்கும் வெளிச்சத்தைப் பற்றி மேலேறிக் கண் கூசி, பிறகு பிரகாசத்தை நோக்கித் திருப்பிய ஒருவரின் வாழ்க்கைதான் டூவர்னேக்கு. அந்தப் பிரகாசத்தை அவர் இன்றளவும், எப்போதும் தனக்காக அல்ல தன் மக்களுக்காகவே பயன்படுத்துகிறார். அதற்கு அவர் சொல்வது, "உன்னுடைய வளர்ச்சி உன்னை மட்டுமே உள்ளடக்கியதாக இருந்தால், அது எத்தனை அற்பமான வளர்ச்சி." இவரது வளர்ச்சி, அமெரிக்காவைத் திரும்பிப் பார்க்க வைத்த வளர்ச்சி. ஏனெனில், அதில் அவர் மானுடம் மீது கொண்டிருந்த கரிசனமே எஞ்சியிருந்தது. அது இன்னும் பரவும்.

இருண்மையை எதிர்கொள்ளல்

ஜோர்டான் பீல் வெகு காலமாக அமெரிக்கர்களின் செல்லப்பிள்ளையாக இருக்கிறார். தொலைக்காட்சிகளில் நகைச்சுவை நிகழ்ச்சிகளைப் பல வருடங்களாகத் தொடந்து வெற்றிகரமாக இயக்கியும், நடித்தும் வந்தவர், 2008ஆம் ஆண்டு அவற்றைவிட்டு விலகினார். ஆனாலும், தனது தயாரிப்பு நிறுவனம் வழியாகத் தொடர்ந்து நகைச்சுவை நிகழ்ச்சிகளைத் தொடர்ந்தபடி இருக்கிறார். அதோடு இயக்குநர் ஸ்பைக் லீ இயக்கிய '*BLACKKKLANSMAN*' படத்தின் இணைத் தயாரிப்பாளரும் ஆனார்.

இவருடைய அப்பா கறுப்பினத்தைச் சேர்ந்தவர். அம்மா வெள்ளை இனத்தைச் சேர்ந்தவர். தனது ஏழாம் வயதில் கடைசியாக அப்பாவைப் பார்க்கிறார் ஜோர்டான் பீல். அப்பா தங்களை விட்டுப் போனபின்பு அம்மாவுடன் வளர்கிறார்.

ஜோர்டான் பீலுக்குத் திரைக்கதைகள் அமைப்பது விருப்பமான ஒன்று. ஒரு திரைப்படத்தை எழுதி இயக்க வேண்டுமென்று யோசித்தவர், அது நகைச்சுவைப் படமாக இருக்கக் கூடாது எனவும் முடிவு செய்கிறார். இயல்பிலேயே த்ரில்லர் வகை நாவல்களின் ரசிகரான பீல், இதுவரை இயக்கிய மூன்று படங்களையும் த்ரில்லர் வகையிலேயே தந்துள்ளார். இவரது படங்கள் மற்ற த்ரில்லர் வகைகளிலிருந்து வேறுபட்டவையே.

முதல் படமான '*Get out*' வெளிவந்த உடனேயே பெரும் அளவில் வரவேற்பைப் பெற்றது. 2013ஆம் ஆண்டின் சிறந்த படங்களுள் ஒன்றாகவும், வணிக ரீதியாகப் பெரும் வசூலைப் பெற்ற படமாகவும் குறிப்பிடப்பட்டது. அதோடு அந்த வருடத்தின் சிறந்த திரைக்கதைக்கான ஆஸ்கர் விருதும் பீலுக்கு

வழங்கப்பட்டது. இத்தனை வருடங்களாக நாம் பார்த்த ஜோர்டான் பீலிடம் இருந்து இப்படியொரு திரைப்படமா என்று வியந்தவர்கள் அதிகம்.

'*Get out*' படத்தின் கதை மட்டுமல்ல, அதைத் திரைப்படமாக்கிய விதமும், அதில் அவர் நமக்குச் சொல்லித் தருகிற பாடமும் கூட முக்கியமானவை.

க்றிஸ் வாஷிங்டன் என்கிற கறுப்பினத்தைச் சேர்ந்த இளைஞன் வெள்ளை இனப் பெண்ணான ரோஸ் என்பவளைக் காதலிக்கிறான். க்றிஸுக்குத் தனது குடும்பத்தாரையும் உறவினர்களையும் அறிமுகம் செய்ய நினைத்த ரோஸ், அவனைத் தனது ஊருக்கு அழைக்கிறாள். "உன்னுடைய குடும்பத்தாருக்கு நான் கறுப்பினத்தவன் என்பது தெரியுமா?" என்று க்றிஸ் கேட்கிறான். "தெரியுமே... அவர்கள் அதைப் பெரிதாக எடுத்துக்கொள்ள மாட்டார்கள்" என உறுதி தந்து அழைத்துப் போகிறாள்.

இருவரும் காரில் சென்றுகொண்டிருக்கிறார்கள். எதிர்பாராதவிதமாகக் காட்டுப்பகுதியில் ஒரு மான் துள்ளிவந்து அவர்கள் கார் கண்ணாடியில் மோதி இறக்கிறது. இந்த மரணம் க்ரிஸுக்குச் சொல்லத் தெரியாத தாக்கத்தை ஏற்படுத்துகிறது. அதன் தாக்கத்தினால் பதைபதைப்போடு க்றிஸ் ரோஸின் ஊருக்குச் செல்ல, அங்கு ரோஸினால் எல்லோருக்கும் க்றிஸ் அறிமுகம் செய்து வைக்கப்படுகிறான். எல்லோரும் மேற் பார்வைக்குச் சாதாரணமாகவும் சகஜமாகவும் க்ரிஸிடம் பழகினாலும் அவனுக்கு அங்கு ஏதோ ஓர் ஒவ்வாததன்மை சூழ்ந்துகொண்டே இருக்கிறது. ரோஸ் உட்பட அந்தக் குடும்பத்தினரிடம் உள்ள உளவியல் சிக்கல்களும், அங்கு க்றிஸ் எதிர்கொள்கிற எதிர்பாராத ஆபத்துகளுமே கதை.

'*Get out*' படத்தின் கதை பல அடுக்குகளால் ஆனது. தொடக்கத்தில் காதல் கதை போல நம்மை யூகம் செய்யவைத்து எதிர்பாராத காட்சிகளை நமக்குக் காட்டுவது, ஒருவகையில் நம்மை வசியப்படுத்துகிற திரைமொழி அது. திரில்லர் வகைப் படங்களுக்கான திருப்பங்களிருந்த போதிலும் அதில் இல்லாத பல அம்சங்களையும் இது கொண்டிருக்கிறது.

வெள்ளை இன மக்கள் சூழ்ந்த ஒரு குடும்ப நிகழ்வில் கறுப்பினத்தனவனாய் நிற்கும்போது அவர்கள் அவனை இயல்பாக ஏற்றுக்கொள்வது போல பாசாங்கு செய்கிறார்கள். "ஓ.. கறுப்பினர்கள் முன்னேறிவிட்டார்கள்... டைகர் வுட்ஸ் போன்றோரை எங்களுக்குத்

தெரியும்" என்று சொல்வதின் மூலமாக, "பாத்தியா.. உங்களைப் பற்றியெல்லாம் நாங்கள் தெரிந்துவைத்திருக்கிறோம்" என்கிற பாவனையைக் கொண்டுவருகிறார்கள். இதுபோன்று அநேகமான உள்ளீடுகளைக் கொண்ட திரை மொழிதான் ஜோர்டான் பீலின் பலம். க்றிஸ் அங்கிருக்கிற ஒவ்வொரு நிமிடமும் அவனுடைய செயல்கள் கண்காணிக்கப்படுகின்றன. அவன் அந்தச் சூழலிலிருந்து விடுபட நினைக்கிறான். கடைசி வரை அவனால் அது முடியவேயில்லை.

ஒவ்வொரு காட்சியுமே ஊகிக்க முடியாத நிகழ்வுகளைக் கொண்டதாக அமைந்திருக்கின்றன. "அடுத்து இந்தக் காட்சிதான் வரும், இப்படித்தான் காட்சிகள் நிகழும் என்கிற முன்தீர்மானத்தோடு பார்வையாளர்கள் காத்திருப்பார்கள். நாம் அவர்களுக்கு ஆச்சரியத்தை அளிக்க வேண்டும், அவர்களைச் சற்று ஏமாற்றவும் வேண்டும். அப்போதுதான் அவர்களால் ஆர்வத்துடன் படத்தோடு ஒன்றிணைய முடியும்" என்பது திரைக்கதை குறித்த ஜோர்டான் பீலின் பாணி.

இவருடைய அடுத்த படைப்பான '*Us*' இன்னும் ஆச்சரியங்களைக் கொண்டிருந்தது. எல்லோருக்கும் வெளிப்பார்வைக்குத் தெரிகிற நாமும், நமக்குள் இருக்கும் அடக்கப்பட்ட நாமும் சந்தித்துக்கொண்டால், எந்தப் பக்கம் நாம் இருப்போம் என்கிற சிக்கலான கேள்வியோடு படம் தொடங்கவும், முடியவும் செய்கிறது. நமக்குள் இருக்கும் மறைக்கப்பட்ட குற்றங்கள், தீமைகள், குற்றவுணர்வுகள் நம்மைப் போலவே உருக்கொண்டு நம்மைத் தாக்க வருகின்றன என்று வைத்துக் கொள்வோம், நம்முடைய மற்றோர் அகமனது அதை எப்படி எதிர்கொள்ளும் என்பதே '*Us*'. இதுபோன்ற கடினமான, புரிந்துகொள்ள சிரமமான உளவியல் சிக்கல்களைத் திரைப்படமாக மாற்றுவது என்பது சற்றுப் பிசகினாலும் தவறாகப் போய்விடும் வாய்ப்பு கொண்டது. ஆனால், ஜோர்டான் பீல் அதனைக் கச்சிதமாகத் திரைவடிவத்துக்குள் கொண்டு வந்துவிடுகிறார்.

இதற்கு அவர் சொல்வது, "எல்லோராலும் அது முடியும்... ஆனால், நாம் அதைச் செய்ய மறுக்கிறோம்." திரைக்கதையாசிரியர்களுக்கும் இயக்குநர்களுக்கும் அவர் அடிக்கடி சொல்லும் செய்தி இதுதான், "உங்கள் ஆழ்மனதைச் சந்திப்பதை நீங்கள் எத்தனை தூரம் வெறுக்கிறீர்களோ அந்த அளவுக்கு உங்கள் படைப்புகளில் உண்மைத்தன்மை குறைந்துவிடும். உங்கள் ஆழ்மனம் கசடுகளாலும் தீமைகளாலும் நிரம்பியிருக்கலாம், அது அச்சத்தால் நடுங்கியிருக்கலாம். அதை அப்படியே விட்டுவைப்பதைவிட, அதன் ஆழம் காணுங்கள்,

அதனுடன் நேரடியான உரையாடலை நிகழ்த்துங்கள், அது உங்களுக்குப் பல உண்மைகளைச் சொல்லும், அந்த உண்மைகளைக் காட்சியாக்க வேண்டியது மட்டுமே நீங்கள் செய்ய வேண்டியது."

இவருடைய முதலிரண்டு படங்களைக் கொண்டும் இதனைப் புரிந்துகொள்ளலாம். 'Get out' படத்தில் கறுப்பினத்தவர்களாய் வாழ்வதென்பது எந்நேரமும் அடிமனதில் ஒருவித அச்சத்தைக் கொண்டிருப்பது என்பதைச் சொல்லுகிற விதத்தில் அமைந்திருந்தது. இவர்களது வாழ்க்கைக் குறித்த முடிவுகளைக் கண்ணுக்குத் தெரியாத யாரோ எவரோ தீர்மானித்துக் கொண்டிருப்பதை ஒரு குடும்பத்தில் அகப்பட்டுக் கொள்ளும் கறுப்பினக் கதாபாத்திரங்கள் மூலமாகச் சொல்லியிருக்கிறார் ஜோர்டான் பீல். படத்தில் கதாநாயகியின் அம்மா, மனதை வசியப்படுத்தும் வித்தையைத் தெரிந்து வைத்திருப்பார், அதன் மூலம் ஒருவரின் ஆழ்மனதினைத் தங்களுக்குச் சாதகமாக அவர் மாற்றுவதை ஜோர்டான் பீல் கறுப்பினச் சமூகத்தினரைத் தங்களுக்குச் சாதகமாகப் பயன்படுத்திக் கொள்ளும் அரசியலோடு ஒப்பிடுகிறார்.

இரண்டாவது படமான 'Us' படம் இரண்டு விதமான அமெரிக்காவைக் குறிப்பிடுவதாக விமர்சகர்கள் தெரிவிக்கின்றனர். எல்லோருக்கும் அறிமுகமான அமெரிக்கா அனைத்துத் துறைகளிலும் தன்னை முன்னிறுத்திக்கொள்கிறது. உலக அரங்கில் தலைமையைத் தானே முன்வந்து ஏற்றுக்கொள்கிற ஒரு நாடு, இன்னொரு பக்கம் அதன் முகமானது சமூக நீதியைப் புறக்கணிக்கிற, ஓர் இன மக்களை எப்போதும் மனதளவில் அடிமையாக வைத்துக்கொள்ளப் பழக்கப்பட்ட ஒரு நாடு.

சமூகத்திலும் புறத்திலும் நடக்கிற எதுவும் தனிமனிதனைப் பாதிக்கக்கூடியது என்பது ஜோர்டான் பீல் புரிந்துகொண்டிருக்கிற அரசியல். ஒருவர் விழிப்புடன் இருப்பதென்பது தன்னையும், தன்னைச் சுற்றி நடப்பவையையும் கண்காணித்தபடி இருப்பது என்கிறார் ஜோர்டான் பீல்.

மேடைகளில் வெற்று ஜோக்குகளை அள்ளி வீசுகிற நகைச்சுவை கலைஞராய் அவர் இருந்ததில்லை. எதிலும் ஆழ்ந்த கருத்தினைப் போகிறபோக்கில் சொல்லக்கூடிய ஆற்றல் பெற்றவராக இருக்கிறார். நகைச்சுவையும் த்ரில்லரும் அடிப்படையில் ஒரே தன்மையிலானவை என்று சொல்லும் அவர், 'இரண்டிலுமே சற்று உண்மை இருக்க வேண்டும், உண்மையின் மீதே இரண்டும் கட்டமைக்கப்பட வேண்டும்' என அதற்கான காரணத்தையும் சொல்கிறார். உண்மைத்தன்மை

இல்லாத எதுவும் காலத்தால் மறைந்து போகும் என்பது இவரது திரைமொழி முன்வைக்கும் அம்சம்.

மூன்றாவதான 'Nope' படம் கடந்த வருடத்தில் மிகுந்த எதிர்பார்ப்பைப் பெற்றிருந்தது. 2014ஆம் ஆண்டில் ஒருநாள் ஜோர்டான் பீல் இப்படி ட்வீட் செய்திருந்தார். "ஒரு சிறிய மனிதக் குரங்கு எல்லோரையும் தாக்கிவிட்டு என்னை அச்சத்துடன் கட்டியணைத்துக் கொண்டது. அழுகையோடு எழுந்தேன். என் முகத்தில் கண்ணீர் வழிந்துகொண்டிருந்தது." இது தனக்கு வந்த கனவாக அவர் ட்வீட் செய்திருந்தார்.

எட்டு ஆண்டுகளுக்குப் பிறகு அவருடைய 'Nope' படத்தின் ஒரு காட்சியில் படப்பிடிப்புத் தளம் ஒன்றில் கொரிய சிறுவனின் கண் முன்னால் ஒரு சிம்பன்சி எல்லோரையும் தாக்கிவிட்டு அவனருகில் வருகிறது. அதற்குள் அந்த மனிதக்குரங்கினை அங்குள்ளவர்கள் சுட்டுவிடுவார்கள். இந்தக் காட்சியை அவர் எழுதி முடித்தபிறகு அவரது நண்பர்கள் "இது உன்னுடைய கனவின் தாக்கமா?" என்று கேட்டிருக்கின்றனர். ஜோர்டான் பீலேவுக்கு ஆச்சரியமாகிவிட்டது. ஏனெனில் அவர் அப்படியொரு ட்வீட் செய்திருந்ததை மறந்திருந்தார்.

தனக்கே தெரியாமல் தன்னுடைய ஆழ்மனதிலிருந்து எழுந்துவந்த காட்சி இது என்றார். ஒரு படைப்பாளர் எழுதுகையில் இப்படியான ஆழ்மனச் சிந்தனைகள் அலையலையாக எழுந்துவரும் என்பது எப்போதுமே ஜோர்டான் பீல் சொல்வது. அதற்குச் சாட்சியாக இந்த நிகழ்வினை அவர் பலமுறை பகிர்ந்திருக்கிறார்.

இந்தப் படம் அறிவியல் புனைவு கொண்ட கதை. பறக்கும் தட்டுகளைக் குறித்தது. ஒவ்வொரு படத்திலும் ஜோர்டான் பீல் வெவ்வேறான முயற்சிகளை மேற்கொள்கிறார். அவரின் திரைக்கதைக்கும் காட்சிமொழிக்கும் ரசிகர்கள் உருவாகியிருக்கிறார்கள். அவர் திரைமொழி குறித்துப் பகிர்ந்துகொண்டவற்றில் சில,

◉ உங்களது கதையில் நீங்கள் எங்கேனும் இருக்க வேண்டும் அல்லது உங்கள் அனுபவம் இருக்க வேண்டும். அப்போதுதான் அதோடு நெருக்கமாக நீங்கள் உணரமுடியும்.

◉ எழுதுவதென்பது எப்போதுமே ரசித்துச் செய்யக்கூடியதாய் அமைய வேண்டும். அப்படி இல்லையென்றால் நீங்கள் தவறு செய்கிறீர்கள் என்று அர்த்தம். ஒரு திரைக்கதையை மாதக்கணக்கில் உட்கார்ந்து எழுத வேண்டும் என்கிற அவசியமில்லை. ஆனால்,

எழுத உட்காரும்போது அது மகிழ்ச்சி தருகிற செயலாக இருந்தால் மட்டுமே எழுத வேண்டும்.

- நல்ல கதை என்பது சமூக மாற்றத்திற்கானதாய் இருக்க வேண்டும்,
- உங்களது ஆழமான பயங்கள், துன்பங்கள், இருண்மைகளை எதிர்கொள்ளத் தயங்காதீர்கள். ஏனெனில் அவை அந்தரங்கமானவை. உங்களுக்கு மட்டுமே தெரியக்கூடியவை. அதை நேர்கொள்ளும்போது உங்களது படைப்புத்திறன் அதிகரிக்கும்.

இவை ஜோர்டான் பீல் தனது அனுபவத்தின் மூலமாகச் சொல்வது.

தமது *Monkeypaw* நிறுவனத்தின் மூலமாகப் படங்களையும் தொலைக்காட்சி நிகழ்ச்சிகளையும் தொடர்ந்து வெளியிடுகிறார். அனைத்துமே தன் இன மக்களுக்கானது என்கிறார்.

பொதுவாகக் கறுப்பின மக்கள் குறித்துப் படமெடுக்கும் இயக்குநர்கள், வரலாற்றில் பதிவு செய்யப்பட்ட நிகழ்வுகளையும் ஒடுக்கப்பட்ட மக்களின் சிக்கல்களையும் யதார்த்தமாகப் பதிவு செய்துகொண்டிருக்கும்போது, ஜோர்டான் பீல் அதனை வேறொரு தளத்தில் இருந்தே எதிர்கொள்கிறார்.

இதற்கு அவர் வெள்ளை இனத்தவரைத் தனது தாய்வழி உறவினர்களாகக் கொண்டதும் காரணமாக இருக்கலாம். அம்மாவின் ஆதரவும் அன்புமிருந்த போதும் அவரின் சொந்தங்கள் மூலமாக அவருக்குக் கிடைத்த அனுபவங்களை அவர் மறக்கவில்லை. அதனால் ஏற்பட்ட பாதுகாப்பின்மையைத் தனது திரைமொழியாகக் கொண்டிருக்கிறார். தனது தனிப்பட்ட வாழ்க்கை குறித்து அதிகம் பகிர்ந்துகொள்ளாத ஜோர்டான் பீல், தனது படைப்புக்கான மூலக்காரணம் தனிப்பட்ட வாழ்க்கையே என்று சொல்லத் தயங்காதவர்.

ஒவ்வொரு படைப்பாளரும் தனித்துவமானவர். சூழல்களே அவர்களை உருவாக்குகின்றன. அதனால் அவர்கள் தங்களின் கதைகளையே படமாக்க வேண்டும் என்பது ஜோர்டான் பீல் நமக்குச் சொல்வது. யோசித்துப் பார்த்தால் ஆழமான அர்த்தம் தரக் கூடியதும்தான்.

உடைபடும் சங்கிலி

எல்லாக் கதைகளும் சொல்லியாகிவிட்டன. புதிதாய் இனிச் சொல்வதற்கு ஒன்றுமில்லை. துயரங்கள் அனைத்தும் இன்று காலாவதியாகிவிட்டன. அமெரிக்கா மாற்றம் கொள்ளத் தொடங்கிவிட்டது. ஒரு கறுப்பர் அமெரிக்காவின் ஜனாதிபதியாகவே ஆகிவிட்டார். எல்லாம் மாறிவிட்டன. இனிப் பழைய பாணியில் அடிமைகளாக இருந்த கதையைச் சொல்லும் நிலையில் இல்லை என்பதுதான் ஆப்பிரிக்க, அமெரிக்கப் படங்கள் குறித்த பேச்சாக இருந்தது. அப்போதுதான் இந்தப் படம் வெளியாகிறது - *Django Unchained*. இதனை இயக்கியவர் க்வென்டின் டாரன்டினோ (*Quentin Tarantino*).

1858ஆம் வருடம் IRRப்பி மாகாணம் ஆப்பிரிக்க அடிமைகளை விற்பதிலும் பெறுவதிலும் பரபரப்பாக இருந்த காலகட்டம். ஜாங்கோ என்பவன் பண்ணை முதலாளிகளுக்கு விற்கப்படுகிறான். அவனை அவர்களிடமிருந்து விடுவிக்கும் ஜெர்மன் நாட்டைச் சேர்ந்த பல் மருத்துவரான ஸ்கல்ட்ஸ் என்பவர் அவனைத் தன்னுடைய உதவியாளராகச் சேர்த்துக் கொள்கிறார். ஜாங்கோவை அவனுடைய மனைவியுடன் சேர்ப்பதற்கும் உதவுகிறார். ஜாங்கோவின் மனைவி ஏற்கெனவே ஒருவருக்கு அடிமையாக விற்கப்பட்டவர். அவரை விலைக்கு

வாங்கியவர் சற்று ஆபத்தான மனிதர். அவரிடமிருந்து சாதுரியமாக ஜாங்கோவின் மனைவியை விடுவிக்க வேண்டும் என்பது இருவரின் திட்டம். அது நிறைவேறுவதற்குள் என்னவெல்லாம் நடக்கிறது என்பது டாரன்டினோ நமக்குச் சொன்னக் கதை. இதோடு அடிமை ஒருவன் எப்படி வெள்ளை இனக் குற்றவாளிகள் வேட்டையாடும் ஒருவனாக மாறினான் என்பதும்தான்.

அமெரிக்காவில் 245 வருடக் காலமாக ஆப்பிரிக்க வம்சாவளியினர் அடிமைகளாக நடத்தப்பட்டனர். கொத்தடிமைகளாக அவர்கள் வாழ்ந்த காலத்தின் பதிவுகளும் அவர்கள் சட்ட உரிமை பெற்ற காலத்தைச் சொல்லும் படங்களும் வெளிவந்தபடி இருக்கின்றன. அவற்றிலிருந்து இந்தப் படம் வித்தியாசப்படுவதற்குக் காரணம், கதை சொன்ன விதமும் டாரன்டினோவின் இயக்கமும்தான்.

பொதுவாக டாரன்டினோ படங்களைப் பார்ப்பவர்களுக்குத் தெரியும், அவர் எந்தக் காட்சியில் அல்லது காட்சியின் எந்த மடிப்பில் நமக்குத் திகைப்பை வைத்திருப்பார் என்பது யூகிக்க இயலாது. இரண்டு பெண்கள் மிக வன்மையாக இரத்தம் வருமளவு ஒரு வீட்டிற்குள் குத்துச்சண்டை, கத்திச்சண்டை எல்லாம் போடுவார்கள். உக்கிரமான அந்தச் சண்டை எப்படி முடியப்போகிறது, யார் இதில் வெற்றி பெறப் போகிறார்கள் என்று நாம் யோசிக்கையில் அந்தக் காட்சி இப்படியாக முடியும் - அந்த வீட்டின் வாசலில் ஒரு பள்ளிக்கூடப் பேருந்து வந்து நிற்கிறது. அதிலிருந்து ஒரு சிறுமி இறங்குகிறாள். அந்தச் சிறுமி, கையில் கத்தியோடு ஒருவரையொருவர் கொல்லத் துடிக்கும் நிலையைப் பார்த்துவிடப் போகிறாள் என நமக்குப் பதற்றமாகிவிடும். ஏனெனில் சண்டை போடும் பெண்களில் ஒருவர் அந்தச் சிறுமியின் அம்மா. என்ன நடக்குமோ என நாம் பார்க்கையில் சட்டென்று இரு பெண்களும் பல நாட்கள் பழகியது போல சிறுமி முன்பாகத் தோழிகளாகி விடுவார்கள். சிறுமியிடம் அம்மா, "ஆன்ட்டிக்கு ஹாய் சொல்லு" என்பதாகக் காட்சி முடிந்துவிடும்.

ஓர் உணவகத்தில் எல்லோரும் அவரவர் மேஜையில் அமர்ந்து தத்துவத்தையும் இறையியலையும் வாழ்க்கைப் பிரச்சினைகளையும் பேசிக்கொண்டிருப்பார்கள், சட்டென்று ஒருவர் துப்பாக்கி எடுத்துச் சுடுவார். அவர், சென்ற நொடிவரை இறையியலைப் பற்றிப் பேசிக்கொண்டிருந்திருப்பார். அங்கிருந்து காட்சிகள் சடசடவென்று மாறும். இப்படி ஒருவிதமான காட்சிப் பிறழ்வுகளைக் கொடுத்துக்கொண்டே இருப்பவர் டாரன்டினோ.

'Django Unchained' படத்திலும் இதுபோன்ற எதிர்பாராத காட்சிகள் ஏராளம் உண்டு. டாரன்டினோ இயக்குநர் மட்டுமல்ல, திரைப்பட விமர்சகராகவும் எழுதிவருபவர். செர்ஜியோ கார்புக்கி என்கிற இத்தாலிய - அமெரிக்க இயக்குநரின் படங்கள் குறித்து விமர்சனக் கட்டுரை எழுதுவதற்காக அவர் படங்களைத் தொடர்ச்சியாகப் பார்த்துக்கொண்டிருந்தார். செர்ஜியோ கார்புக்கி, செர்ஜியோ - லியோன் அமெரிக்கத் திரைப்படங்களில் தனியொரு வகைமையை உருவாக்கியவர்கள். இவர்களின் படங்களை *'Spaghetti Westerner'* என்பார்கள். கௌபாய் வகைப் படங்களை அமெரிக்கத் திரையுலகத்துக்குக் கொண்டு வந்தவர்கள். *'Good Bad Ugly'* போன்ற படங்கள் இன்றளவும் இந்த வகைப் படங்களுக்கான மரியாதையைப் பெற்றுத் தந்துகொண்டிருக்கின்றன. இதுபோன்ற படங்களின் தீவிர ரசிகர் டாரன்டினோ. அதுகுறித்து எழுதுவதற்காக செர்பியோ கார்புக்கி படங்களைப் பார்க்கையில் டாரன்டினோவுக்கு ஜாங்கோ கதாபாத்திரத்தின் மீது ஈர்ப்பு வருகிறது. இந்த ஜாங்கோ கதாபாத்திரம் செர்பியோ கார்புக்கி உருவாக்கியது. கார்புக்கி இந்தப் படத்தின் தணிக்கைச் சான்றிதழுக்காக 16 முறை விண்ணப்பம் செய்தும், ஒவ்வொரு முறையும் நிராகரிக்கப்பட்டது. காரணம் இதில் காட்டப்பட்ட வன்முறை. படம் வெளிவந்தபின் பலரின் விருப்பத்துக்கு உகந்த கதாபாத்திரமானான் ஜாங்கோ.

டாரன்டினோ தன் மனதில் எட்டாண்டுகளாக அடைகாத்து வைத்திருந்த கதையின் நாயகனுக்கு ஜாங்கோ எனப் பெயர் வைத்தார். படத்தின் தலைப்பை *Django Unchained* என இறுதி செய்தார். கார்புக்கியின் பிரபலமான கதாபாத்திரத்தின் பெயரை டாரன்டினோ தன்னுடைய படத்துக்குப் பயன்படுத்துகிறார் என்றதும் ஓர் எதிர்பார்ப்பாய் மாறியது. அதோடு டாரன்டினோவின் வன்முறைக் காட்சிகளை அறிந்தவர்களுக்குக் கார்புக்கி இயக்கிய ஜாங்கோவின் இரத்தம் தெறிக்கும் காட்சிகளும் தெரியுமாகையால், *'Django Unchained'* வெளிவருவதற்கு முன்பே இதில் எந்தமாதிரியான காட்சிகள் வைக்கப்பட்டிருக்கும் என யூகித்துவிட்டார்கள்.

எப்போதுமே டாரன்டினோ மற்றவர்களின் யூகத்தைக் கடந்து ஏதேனும் செய்வார் என்பதால், எல்லோரும் எதிர்பார்த்திருந்ததைவிட யாரும் நம்ப முடியாத அளவுக்கு வன்முறை தெறிக்கும் காட்சிகளைப் படத்தில் இடம்பெற வைத்தார். படம் பார்க்கும் நாமே நம்மையறியாமல் முகத்தில் இரத்தம் தெறித்திருக்குமோ எனத் துடைத்துக்கொள்வோம்.

மாற்றி மாற்றிச் சுட்டுக்கொள்ளும்போது சதை நம் கண்முன்னால் தெறிப்பதைப் பார்ப்போம். குதிரைகள் சுடப்பட்டு மடங்கி விழும். பெண்கள் சுடப்பட்டு இறந்து போவார்கள். இது அமெரிக்கத் திரைப்பட விமர்சகர்களிடம் பெரும் கோபத்தை ஏற்படுத்தியது. "இத்தனை வன்முறைக் காட்சிகளை இப்படி அப்பட்டமாகக் காட்ட வேண்டிய அவசியமென்ன?' என்பதுதான் அவர்களது கேள்வியாக இருந்தது.

இதற்கு டாரன்டினோ சொன்ன பதில் முக்கியமானது. முதலில் அவர் சொன்னது, "நான் இப்படித்தான் படம் எடுப்பேன். என்னுடைய படம் இப்படித்தான் இருக்கும். விருப்பமில்லையெனில் பார்க்காதீர்கள்' என்றார். மேலும், "245 வருடங்களாக அமெரிக்க மண்ணில் ஆப்பிரிக்கர்களைக் கொத்தடிமைகளாக நடத்தும்போது அவர்கள் மீது நிகழ்த்தப்பட்ட வன்முறைகளைக் காட்டிலும் நான் ஒன்றும் அதிகம் காட்டிவிடவில்லை" என்றும் பதிலளித்தார். இந்தப் படத்தினை அவர் எடுத்த காரணமே தனது மூதாதையர்கள் ஆப்பிரிக்கர்களுக்குச் செய்த கொடுமைகளின் பரிகாரமாக எடுத்துக்கொள்ளலாம்.

அதனாலேயே ஜாங்கோவை எவரும் அசைக்க முடியாதவொரு கதாநாயகனாகக் காட்டினார். முதல் காட்சி நினைவிருக்கிறதா? டைட்டில் தொடங்கி, நீண்ட பயணக் காட்சி காட்டப்படும். காலில் கட்டப்பட்ட சங்கிலியோடு மரமற்ற, கடினப் பாறைகள் கொண்ட சாலையில் ஆப்பிரிக்கர்கள் சிலர் அடிமைகளாக நடத்திக் கொண்டுவரப்படுவார்கள். அவர்களை அழைத்துச் செல்லும் இருவர் குதிரையின் மீது இருப்பார்கள். ஆப்பிரிக்கர்கள் முகத்தில் தெரியும் அந்த வெறுமையும் இயலாமையும் சோர்வும் நமக்குக் காட்டப்பட்டுக்கொண்டே இருக்கும். ஆனால், அதில் ஒருவனாக ஜாங்கோ இருப்பது நமக்குத் தெரியாது. மற்றவர்களே நமக்குக் காட்டப்படுவார்கள். ஜெர்மானிய பல் டாக்டரும் 'Bounty hunter' ஆன ஸ்கல்ட்ஸ் பார்வையில்தான் ஜாங்கோ நமக்குத் தெரிவான். மற்ற அடிமைகள் அச்சத்துடன் தலை குனிந்திருக்க, ஜாங்கோ நிமிர்ந்து ஸ்கல்ட்ஸின் கண்ணைப் பார்ப்பான். "நீங்கள் தேடிவந்த ஆள் நான்தான்" என்பான். அவ்வளவு தூரம் நடந்துவந்தும், தன்னுடைய எதிர்காலம் மோசமாக இருக்கப்போகிறது என்று தெரிந்தும் அவனுடைய அந்தப் பார்வையில் தடுமாற்றம் இருக்காது. அந்தப் பார்வைதான் ஸ்கல்ட்ஸை ஈர்க்கும். நம்மையும்.

ஜாங்கோ கதாபத்திரம் மூலமாக டாரன்டினோ தன்னுடைய குற்றவுணர்வுக்குப் பதில் சமன் செய்திருக்கிறார் என்று சொல்லலாம்.

அடிமை வரலாறுகளை வாசிக்கிறபோது அவருக்குள் இருந்த அழுத்தம், துயரம், தனது மூதாதையர்கள் மீதிருந்த கோபம் எல்லாவற்றுக்கும் வடிகாலாக அவர் ஜாங்கோவை உருவாக்கிவிட்டார். 'எனது மூதாதையர்கள் உங்களை உங்கள் நிலத்திலிருந்து பிரித்துக்கொண்டு வந்து மனிதாபிமானம் இல்லாமல் கொத்தடிமைகளாக நடத்தினார்கள் இல்லையா...? எத்தனை பேர் உங்கள் இனத்தில் கேட்க நாதியற்று மரணமடைந்திருப்பார்கள். துயர்களை அனுபவித்திருப்பார்கள். அவர்களுக்கு நீங்கள் பதில் சொல்ல வேண்டாமா. வரலாற்றைத் திருப்பி நடத்த இயலாது. ஆனால், என்னால் திரைப்படத்தில் எழுத முடியும். தாக்கியவர்களை நீ தாக்கு... நீ யாரென்று உலகத்துக்குக் காட்டு,' இதுதான் டாரன்டினோ ஜாங்கோ வழியாகச் சொன்னது. அதனால்தான் வன்முறை அதிகமுள்ள படம் என முகம் சுளிப்பவர்களைப் பார்த்துத் தெளிவாக, "நீ பாக்கலைனா போ" என்றார்.

ஜாங்கோவும் ஸ்கல்ட்ஸும் சகோதரர் இருவரைத் தேடி எஸ்டேட்டுகளுக்குப் போவார்கள். அங்கெல்லாம் கறுப்பின மக்கள் எப்படி நடத்தப்படுகிறார்கள் என்பது காட்டப்படுகிறது. அதில் பருத்தி விவசாயம் செய்யும் எஸ்டேட்டில் அந்தச் சகோதரர்கள் இருக்கிறார்கள் என்கிற தகவல் தெரியவரும். அவர்களைப் பார்த்த இடத்தில் கொல்ல வேண்டும் என்பதுதான் ஸ்கல்ட்ஸுக்கு அரசாங்கம் தந்திருக்கிற ஆணை. இவர்கள் போன சமயம் அந்தச் சகோதரர்கள் அங்கிருக்கும் பண்ணை அடிமைகளை மிகக் கேவலமாக நடத்திக்கொண்டிருப்பார்கள். ஜாங்கோ அவர்களை அடையாளம் காட்டத்தான் ஸ்கல்ட்ஸுடன் பயணித்துக்கொண்டிருப்பான். அந்தச் சகோதரர்களில் ஒருவன் ஒரு கறுப்பினப் பெண்ணை மரத்தோடு கட்டிச் சாட்டையால் அடிக்க இருப்பான். அந்தப் பெண் பசியின் காரணமாகச் சமையலறையில் ஒரு முட்டையை எடுத்திருப்பாள். அடிக்கப் போகையில் அந்தப் பெண்ணின் கண்ணில் தெரிகிற பயமும் அவளது அலறலும் அது அங்கே சாதாரணம்தான் என்பதுபோல மற்ற அடிமைகளானவர்கள் தங்களது வேலைகளைச் செய்வதும்... என இயல்பாக நகர்கிறது காட்சி. ஆனால், பார்க்கும் நமக்கு அது அநியாயச் செயல் எனத் தெரிகிறது. ஜாங்கோ அங்கு வருகிறான். தனது துப்பாக்கியால் அந்தப் பெண்ணை அடிக்கப் போகும் வெள்ளையனைச் சுட்டுவிடுகிறான். மற்றொரு சகோதரனையும் பருத்தி வயலில் சுட்டு வீழ்த்துகிறான். இரத்தம் வெடித்துப் பரவியிருக்கும் வெள்ளைப் பருத்தியில் தெறிக்கிறது.

இந்த வன்முறைக் காட்சிக்கு நாம் கைத் தட்டுவோம். ஏனெனில், அக்காட்சியின் ஆழம்தானே தவிர, இரு உயிர்கள் மடிந்ததற்காக அல்ல... அதுதான் டாரன்டினோ விரும்பியதும்.

ஜாங்கோ ஆர்வமிக்கவன், எதையும் கற்றுக் கொள்ளும் துடிப்புக் கொண்டவன். தனக்கு வாய்ப்புக் கிடைக்கும்போது அதைச் சரியாகப் பிடித்துக் கொண்டவன். இதற்கான சந்தர்ப்பங்கள் வாய்த்த போது தன்னுடைய சுயமரியாதையைக் கெட்டியாகப் பிடித்துக்கொள்கிறான். அதையே தன் அடையாளமாக மாற்றுகிறான். அதற்குத் தேவைப்படும் எல்லாவற்றையும் எந்தத் தயக்கமும் இல்லாமல் மேற்கொள்கிறான். தெருக்களில் நிமிர்ந்து நடக்கக்கூட அனுமதி மறுக்கப்பட்ட காலகட்டத்தில் ஒரு கறுப்பன் குதிரை மீது நல்ல உடையணிந்து நேர்கொண்ட பார்வையோடு வருகிறான் என்பதே எவராலும் ஏற்றுக்கொள்ள முடியாததாக இருக்கும். இப்படி ஜாங்கோ குதிரைமீது வருகிற காட்சி படத்தில் பல இடங்களில் உண்டு. முக்கியமாக, அவன் அப்படி வரும்போது நமக்குக் காட்டப்படுகிற ஒவ்வொருவரது கண்களிலும் தெரியும் காழ்ப்பும் வஞ்சமும் நம்ப முடியாத தன்மையும், எரிச்சலும், அதை ஓரக்கண்ணால் கவனித்தபடி வருகிற ஜாங்கோவும் அதற்குக் கொடுக்கப்பட்ட இசையும்... என இவைதாம் படத்தின் தன்மையை உயர்த்துகின்றன.

இப்படியான ஆர்வமும் நம்பிக்கையும் கொண்ட எத்தனை இலட்சம் பேர் அடிமைகளாகக் கடைசி வரை வாழ்ந்து செத்திருப்பார்கள். ஜாங்கோவிற்குக் கிடைத்த வாய்ப்பு எல்லோருக்கும் கிடைக்கப் பெற்றிருக்குமேயானால்... என்பதும் இந்தப் படம் நமக்கு ஏற்படுத்துகிற கேள்வி.

நாய்களால் கடித்துக் குதறப்பட்டு இழுத்துச் செல்லப்படும் மனிதன்; அவனுடைய கெஞ்சல்; அவனுடைய கதறல்கள்; அவனுடைய இயலாமை; அவனுடைய அச்சம் நிரம்பிய கண்கள்; தன் கண் முன்னே நிர்வாணப்படுத்திக் கொடுமைப்படுத்தப்படும் மனைவி; இரு கறுப்பினத்தவர்களை மோதவிட்டு ஒருவன் மற்றவனை அடித்தே கொள்வதைக் குரூரத்துடன் ரசிப்பது, இப்படி ஒவ்வொன்றும் ஜாங்கோவின் பார்வையிலிருந்து பார்க்கும்போது இறுதிக் காட்சிகளில் அவன் ஒவ்வொருவரையும் கொல்வதும் சரியான நீதிதானே என்பது போலத் தோன்றிவிடும்.

இதில் மற்றொரு கதாபாத்திரம் குறித்துச் சொல்லியாக வேண்டும், ஸ்டீபன். இந்தக் கதாபாத்திரத்தின் தன்மையை டாரன்டினோ

உருவாக்கியதற்கு மிகுந்த துணிச்சல் இருந்திருக்க வேண்டும். கறுப்பின அடிமைக் கதையில் ஓர் அடிமை கதாநாயகனாகிறான் என்பதைச் சொல்வதற்கு இருந்த அதே துணிச்சல், ஸ்டீபன் கதாபாத்திர வடிவமைப்பிற்கும் இருந்திருந்தது.

ஸ்டீபனுக்கும் ஜாங்கோவிற்கும் உள்ள வேறுபாடு, கதையின் மற்றொரு விடுபடக்கூடாத அம்சம். ஜாங்கோவிற்கு ஒரு வாய்ப்புக் கிடைக்கிறது, அவன் தன் மக்களை அடிமைப்படுத்துபவர்களுக்கு எதிராகச் செயல் புரிகிறான். அவனுக்கு அதில் நீதி, நியாயம் எதுவுமில்லை. 'நீ எங்களுக்குத் தந்ததை நான் திருப்பித் தருகிறேன்' என்கிறான்.

ஸ்டீபனோ தான் கறுப்பினத்தவன் என்பதை மறந்து அல்லது மறக்கும்படி செய்வதற்காகவும் தன்னை மிகுந்த கொடுமைக்காரர்களாக ஆக்கிக் கொண்டவன். அதையே தனது இயல்பாகவும் மாற்றிக்கொண்டவன். என்ன செய்தால் வெள்ளை முதலாளிகளுக்குப் பிடிக்கும் என்பதையறிந்து அதன்படி வாழ்பவன். அவனுடைய முதலாளியிடம் இருக்கும் சிறிதளவு கருணை கூட இல்லாமல் போனவன். கறுப்பின அடிமைகளை வெறுப்பதின் மூலம் முதலாளிக்கு விசுவாசமானவன் என்று காட்டிக்கொள்ள மிக வக்கிரமாகத் தன்னை வடிவமைத்துக்கொண்டவன்.

இறுதிக் காட்சியில் அந்தப் பண்ணையில் உள்ள அத்தனை வெள்ளை இனத்தவரையும் ஜாங்கோ சுட்டுக் கொன்றுகொண்டே இருக்கிறான். "இங்குள்ள கறுப்பு மக்கள் மட்டும் வெளியே சென்றுவிடுங்கள்" என்று ஜாங்கோ அறைகூவும்போது, தானும் ஒருவனாக ஒன்றும் அறியாதது போல வெளியேற நினைக்கிறான். சரியான சந்தர்ப்பவாத செயல் அது. ஆனால், ஜாங்கோ அவனை சுட்டுவிடுகிறான். காலில் சுடப்பட்டு விழுந்தபோதும் ஸ்டீபன் கதறிக்கொண்டே இருக்கிறார்.. "உன்னால் இந்தச் சாம்ராஜ்யத்தை அழிக்க முடியும் என்று நினைக்காதே. அது நடக்காது" என்று அரற்றிக்கொண்டே இருக்கையில் அவர் சாம்ராஜ்யம் என்று சொல்லப்பட்ட மாளிகை வெடித்துச் சிதறுகிறது. அதன் பின்னணியில் ஜாங்கோவும் அவனது மனைவியும் விடுவிக்கப்பட்டவர்களாகச் சுதந்திர வாழ்வை நோக்கி மகிழ்ச்சியாகச் செல்கிறார்கள்.

இது கனவு போன்ற படம். இப்படி நடந்திருக்குமா என்று கேட்டால், நடந்திருக்காது என்றும் சொல்ல இயலாது. இயல்பிலேயே மனிதனுக்குத் தன் சுதந்திரத்தின் மீது வேட்கை உண்டு. அடிமையாக இருப்பதை

ஒருபோதும் விரும்பாதவன் மனிதன். அவனுடைய வேட்கையை அழுத்திவைக்கும்போது எவரேனும் கிளர்ந்து எழுந்திருப்பார்கள். அப்படி எழுந்த ஒருவனின் கதை இது.

"நீங்கள் உங்கள் சங்கிலியை உடைக்க வேண்டும். அந்தத் துப்பாக்கியை எடுங்கள். அவர்களது தலைக்குள் குண்டைத் துளையுங்கள். இருவரையும் மண்ணுக்கு அடியில் ஆழப் புதையுங்கள். பிறகு இந்நாட்டின் அறிவார்ந்த பகுதிக்குச் சென்றுவிடுங்கள். இனி உங்கள் விருப்பம். ம்... பிறகு, உங்களில் வானியல் ஆர்வலர் எவரேனும் இருப்பீர்கள்... அவருக்குச் சொல்கிறேன், இதோ இதுதான் வடக்கு நட்சத்திரம்" என்று ஸ்கல்ட்ஸ் பேசுகிறார்.

இந்த மனநிலைதான் ஒட்டுமொத்தப் படத்தின் அடிநாதம். டாரன்டினோ தனது மூதாதையரின் ஆதிக்கப் போக்கிற்குத் திரைப்பட வரலாற்றில் எழுதிய பதிலும்தான்.

உனக்கு என்ன ஆனது, மிஸ் சிமோன்?

சமூகத்தின் தாக்கத்தால் தனிப்பட்ட வாழ்க்கையைத் தொலைத்துத் தேடிக் கண்டடைந்த வரலாறு நினா சிமோனின் வாழ்க்கை. முதல் கறுப்பின செவ்வியல் பியானோ கலைஞராக அறியப்படுகிறார். ஆழமான, ஜீவனுள்ள குரல் கொண்டவர். எளிமையும் ஆழமும் கொண்ட பாடல்களை எழுதி இசையமைத்தவர். இந்தத் திறமைகளோடு அவர் எல்லோராலும் கொண்டாடப்படும் வாழ்க்கையினை வாழ்ந்திருக்க முடியும். ஆனால், அவர் அப்படிச் செய்யவில்லை. **1960**களின் தொடக்கத்தில் அமெரிக்க ஐக்கிய மாகாணங்களில் கறுப்பினத்தவருக்கு எதிரான எந்தச் செயலுக்கும் எதிர்வினை ஆற்றினார். விளைவாக, புறக்கணிக்கப்பட்டார். அதன் வலியினை அவரால் தாங்கிக்கொள்ள இயலாமல் போனது. அதே நேரம் தனிப்பட்ட வாழ்க்கையையும் வெறுத்துக் கொண்டிருந்தார். திடீரென்று ஒருநாள் யாருக்கும் தெரியாமல் காணாமல் போனார். அப்படி ஒரேடியாக மறைந்திருந்தால் இன்று அவர் குறித்துப் பேசியிருக்க மாட்டோம். அவர் மீண்டார். எழுபதாவது வயதில் இறக்கும் வரை அந்தப் பறவை மீண்டும் மீண்டும் தன்னை உயிர்த்தெழ வைத்துப் பாடிக்கொண்டே இருந்தது.

தான் நினைத்த வாழ்க்கைக்காகத் தன்னை உருமாற்றிக் கொண்டே இருந்தார் சிமோன். மனமும் சொல்லும் செயலும் ஒன்றாகவே ஆகியிருந்தார். இந்த நேர்மை அவர்

வாழ்ந்த காலத்தில் புரிந்து கொள்ளப்படவில்லை. கடினமான ஆளுமையாகவே கணிக்கப்பட்டிருந்தார். 2015ஆம் ஆண்டு அவர் குறித்த ஆவணப்படத்தினை லிஸ் கர்பன் என்பவர் எடுத்த பிறகு உலகம் மீண்டும் அவரைக் கொண்டாடத் தொடங்கியது. குறிப்பாக, பெண்கள் அவருடைய மனதை ஆழமாகக் கண்டறிந்தனர்; தங்களோடு பொருத்திக்கொண்டனர். அவர் பிறந்தது 1933ஆம் ஆண்டு. 90 ஆண்டுகளுக்குப் பிறகு அவரது பிறவிப்பயனைக் குறித்துப் பேசத் தொடங்கி இருக்கிறார்கள். அதற்குச் சரியான காரணமாக அமைந்திருக்கிறது இந்த 'What happened , Miss Simome?' ஆவணப்படம்.

இதன் தொடக்கத்தில் மாயா ஏஞ்ஜலோ சிமோனுக்காக எழுதிய குறிப்பு காட்டப்படுகிறது.

“மிஸ். சிமோன், நீ வழிபடப்பட்டாய், இப்போது கூடக் கோடிக் கணக்கானவர் உன்னை நேசிக்கிறார்கள். ஆனால், உனக்கு என்ன ஆனது, மிஸ் சிமோன்?”

மாயா ஏஞ்சலோவின் இந்தக் கேள்வியைத் தாங்கித்தான் ஆவணப்படத்தின் தலைப்பு நிற்கிறது. நினா சிமோனைப் பற்றித் தெரிந்துகொள்ளுதல் என்பது தனிப்பட்ட மனுஷியின் வாழ்க்கையையோ, ஒரு பாடகியின் பயணமோ, முதல் கறுப்பினச் செவ்வியல் பியானோ கலைஞர் குறித்தோ மாத்திரமல்ல, பொது வாழ்க்கையின் அழுத்தங்களால் அவரது தனிப்பட்ட வாழ்க்கை எப்படித் திசை மாறியது என்பதைத் தெரிந்துகொள்வதையும் சேர்த்ததுதான். அப்போதைய அமெரிக்காவில் அடிமைத்தனத்துக்காகக் குரல் கொடுத்த ஒவ்வொருவருக்கும் தனிப்பட்ட வாழ்க்கையும் பொது வாழ்க்கையும் ஒன்றின் மீது ஒன்று ஆதிக்கம் செலுத்திக்கொண்டிருந்தது. அதன் சாட்சியாக இருந்த ஒரு பெண்ணின் வாழ்க்கையே இந்த ஆவணப்படம்.

ஆவணப்படத்தின் தொடக்கத்தில் நினா சிமோன் ஒரு மேடையில் வந்து நிற்கிறார். கூட்டம் கைத்தட்டுகிறது. அதை ஏற்றுக்கொள்ளும் விதமாக அப்படியே குனிந்து நிற்கிறார். பின்னர் நிமிர்ந்து கூட்டத்தினைப் பார்க்கிறார், சுற்றிலும் பார்க்கிறார். சிமோன் முகத்தில் நம்பமுடியாத, அதே நேரம் அமைதியான பாவனை தெரிகிறது. மீண்டும் மீண்டும் எதுவும் தோன்றாமல் கூட்டத்தையே பார்க்கிறார். கூட்டம் கைத் தட்டலை விட்டுவிட்டு அவரைப் பார்க்கிறது. அரங்கம் முழுவதும் அந்த அமைதி. கைவிடப்பட்டு மீண்டு வந்த ஒரு குழந்தை போல் சுற்றிலும் பார்க்கிறார். பின்னர் மெதுவாக ஒவ்வொரு கைத்தட்டாக மீண்டும் எழுந்து அரங்கம் ஆர்ப்பரிக்கிறது. இது அவரது நிகழ்ச்சியின்

ஆவணக் காப்பகத்திலிருந்து நமக்குத் தரப்பட்ட காட்சிப்பதிவு. ஏன் இவ்வளவு நெகிழ்ந்து போனார் சிமோன்? அது ஆறு ஆண்டுகளுக்குப் பிறகு அவர் மேடையில் மீண்டும் தோன்றும் நிகழ்ச்சி...

இந்த ஆறாண்டு காலங்கள் அவர் வாழ்க்கையில் என்ன நடந்தது என்பதும், இந்த இடைவெளிக்கான காரணமும் ஆவணப்படத்தில் சொல்லப்படுகிறது. நினா பிறந்தபோது கறுப்பின மக்கள் இருண்ட குகை போன்ற பொந்துகளில் வாழ்ந்துவந்தார்கள். அவர்களுக்கெனத் திறமையும் வாழ்க்கையும் உள்ளன என்பதை அரசும் சமூகமும் மறுத்துவந்தன. சிமோனின் அம்மா தேவாலயம் ஒன்றில் பாதிரியாக இருந்தார். அவர் எப்போதும் சிமோனைத் தன்னுடன் அழைத்துச் செல்வது வழக்கம். தேவாலயத்தில்தான் முதன்முறையாகப் பியானோவைப் பார்க்கிறார் சிமோன். தெரிந்த சிலரிடம் அடிப்படையைக் கற்றுக்கொள்கிறார். வெளியில் விளையாட முடியாமல் அம்மாவுடன் எப்போதும் தேவாலயத்தின் கூடங்களில் அமர்ந்தபடியிருந்த சிமோனின் மொத்த உலகமும் பியானோவாகிப் போகிறது. மனதில் தோன்றியதை வாசிக்கிறார். அது அவர் கைவிட்டுக்கொண்டிருந்த குழந்தைமையின் மொழியாகிறது. ஆழ்மனதில் துண்டுதுண்டாய்ச் சிதறுகிற கற்பனைகளும் ஏக்கங்களும் இசையாக மாறுகின்றன. அவர் விரல்கள் பூக்களில் தாவும் பட்டாம்பூச்சி போல இயல்பாய்த் தாவின.

இயல்பிலேயே இசையின்மீது கொண்ட பேரார்வத்தால் அவர் வாழ்ந்த தென் கரோலினா பகுதியில் பிரபலமடைகிறார். இதெல்லாம் நிகழும்போது அவருக்கு வயது ஆறு. வீதிகளில் குழந்தைகள் விளையாடிக்கொண்டிருக்க, சிமோன் தேவனின் நன்மைக்காகப் பியானோ இசைத்துக்கொண்டிருந்தாள். அதை மீறி விளையாட வரும் நாட்களில் அவளைப் பாடச்சொல்லி, மற்ற குழந்தைகள் ஆடினார்கள். இனி தன் வாழ்க்கை முழுக்க இப்படித்தான் என்பது சிமோனுக்குப் புரிய ஆரம்பித்திருக்கவில்லை.

இவரது இசை ஆர்வத்தைப் பார்த்த ஒரு வெள்ளை இனப் பெண்மணி அவருக்கு முறையான இசைப்பயிற்சி அளிப்பதாகச் சொல்கிறார். முதன்முதலாக சிமோனின் திறமையைப் பற்றிக் கேள்விப்பட்டு அவர் அந்தத் தேவாலயத்துக்கு வரும்போது சிமோனின் அம்மாவும் அப்பாவும் தேவாலயத்தின் வாசலில் நின்றுகொண்டிருந்தார்கள். 'அவர்களும் சரிக்குச் சமமாய் முதல் வரிசையில் அமர்ந்தால் மட்டுமே நான் பியானோ இசைப்பேன்' என்று கைகளைக் கட்டிக்கொண்டு உறுதியாக அமர்ந்து விடுகிறாள் சிமோன். அவள் உறுதி வென்றது.

அதன் பின்பு ஒவ்வொரு நாளும் நீண்ட தண்டவாளப் பாதையில் தனியொரு சிறுமியாக நடந்து சென்று இசையினைக் கற்கிறாள் சிமோன். அந்தப் பாதையைக் காட்டிலும் அவளை அச்சுறுத்தியது, எதிரில் வெள்ளையினத்தைச் சேர்ந்த எவரேனும் வந்துவிட்டால் என்ன செய்வது என்பதுதான். ஏனெனில், கறுப்பின மக்கள் தங்குவதற்கு ஒதுக்கப்பட்ட இடத்திலிருந்து அவர்கள் வெளியே வந்து உலாவுவதே பெருங்குற்றமாக நினைக்கப்பட்ட காலகட்டம் அது. தன்னுடைய இசை ஆசிரியரின் நிறமும் அடக்கமான சொற்களும் சிமோனுக்குள் ஓர் அந்நியத்தன்மையைக் கொடுத்தன. எந்நேரமும் பயந்துகொண்டே கற்க வேண்டியிருந்ததாக அந்தப் படத்தில் சொல்கிறார். பயமென்பது எப்போது வேண்டுமானாலும் நிராகரிக்கப்பட்டுவிடுவோமோ என்பதாக இருந்திருக்கிறது.

மேலும் இசை கற்றுக்கொள்ள வேண்டுமெனில் இசைக் கல்லூரியில் சேர வேண்டும். ஆனால், சிமோனை யாரும் சேர்த்துக்கொள்ளவில்லை. அவருக்குத் தெரிந்து போனது, தன்னுடைய இனம்தான் அதற்குக் காரணமென்று. யாருடைய பயிற்சியும் இனி தேவையில்லை, ஆன்மாவின் மொழிக்கு எதற்கு மற்றவரின் உதவியென அவரே இசையமைத்தார். மெதுவாக அவரது இசை பரவுகிறது.

இப்போது அவருக்கு ஆண்டி என்பவருடன் திருமணமாகிறது. ஆண்டி அமெரிக்கர்; போலீஸ் வேலை பார்த்துக்கொண்டிருந்தவர். சிமோனின் திறமைக்கு அவரை முறையாக வழிநடத்தினால் பெரும் உச்சத்திற்குப் போவார் என்பதைக் கணித்தார். திருமணம் செய்துகொண்டதும் தனது வேலையை விட்டுவிட்டு சிமோனுக்கு மேலாளர் ஆனார். அவர்தான் சிமோனின் மேடை நிகழ்ச்சிகளை ஒருங்கிணைத்தார். பணம் சேரத் தொடங்கியது. ஒரு பண்ணை வீட்டினை வாங்கினார்கள். ஒரு பெண் குழந்தையும் பிறக்கிறது. "எனக்குப் பெண் குழந்தை பிறந்த அடுத்த மூன்றுமணி நேரங்கள்தாம் வாழ்க்கையின் மிக அமைதியான, மகிழ்ச்சியான தருணத்தில் இருந்தேன்" என்கிறார் சிமோன்.

இப்படியே அவர் வாழ்ந்திருக்கலாம். பணம், புகழ், சுற்றுப்பயணம் என... ஆனால், அவர் அடிமனதுக்குள் 'நம்முடைய இனத்தில் நான் கண்ட இந்த உயரத்தினை மற்றவர்கள் அடைய எது தடுக்கிறது' என்கிற கேள்வி உறுத்திக்கொண்டே இருந்தது. அதே நேரம் கறுப்பினத்தவர்களின் சட்டப் போராட்ட உரிமைக்கான குரல் வலுவடைந்தபடி இருந்தது.

அங்கங்கு எழுந்த குரல்கள் மொத்தமாய் ஒருசேர வெகுண்டெழுந்தது, அலபாமா வெடிப்புச் சம்பவத்துக்குப் பிறகுதான். அது சிமோனின் வாழ்க்கையையும் மாற்றியமைத்தது. ஈஸ்டர் நாளில் அலபாமாவில் தேவாலயம் ஒன்றில் வைக்கப்பட்டிருந்த குண்டு வெடித்ததில் நான்கு சிறுமிகள் இறந்து போனார்கள். இது மாபெரும் கொந்தளிப்பினை ஏற்படுத்தியது. இந்தச் சம்பவத்தையொட்டி சிமோன் பாடல்களை எழுதினார். அவை வலியும் உக்கிரமும் கொண்ட பாடல்களாக இருந்தன. இன்றளவும் ஒடுக்கப்பட்ட மக்களின் குரலாக அந்தப் பாடல்கள் ஒலிக்கின்றன.

*1963*இல் மிஸிஸிப்பியில் கொலை செய்யப்பட்ட சட்ட உரிமைப் போராளி மெட்கர் எவர்ஸ் மரணமும், அலபமா வெடிகுண்டுச் சம்பவமும் அவருக்குள் பெருங்கோபத்தை ஏற்படுத்தியிருந்தன. அவர் அப்போது எழுதிய *'Goddamn Missisippi'* பாடல் சட்ட உரிமைப் போராளிகளால் தொடர்ந்து பாடப்பட்டது.

அவர் அந்தப் பாடலில் எழுதிய ஒவ்வொரு வார்த்தையும் அமெரிக்காவின் அத்தனை ஒடுக்கப்பட்ட மக்களின் மனதில் இருந்த காயங்களாக இருந்தது. ஒட்டுமொத்த அமெரிக்கச் சமூகமும் கறுப்பினத்தவரை எப்படிப் பார்க்கிறார்கள், எப்படி நடத்துகிறார்கள், என்ன கட்டளை இடுகிறார்கள் என்பதைச் சொன்ன வரிகள் அவை.

அந்தப் பாடலை இப்படி முடிக்கிறார்:

"நீ எனக்கருக்கில் வசிக்கத் தேவையில்லை..
என்னோடு வாழு
எனக்குச் சமஉரிமையைக் கொடு
அலபாமாவை நீ அறிவாய்
நாசமாய்ப்போன மிஸிஸிப்பி நகரத்தை அறிவாய்..
உனக்குத் தெரியும்தானே...
அவ்வளவுதான் சொல்வேன்"

இந்தப் பாடலைப் பற்றிப் பேசாத கறுப்பினத் தலைவர்களே இல்லை என ஆனது.

இப்போது சிமோன் தனது இலட்சியத்தை முற்றிலும் மாற்றிக் கொள்கிறார். எந்த மேடையிலும் அரசியல் கருத்துகளைப் பாடத் தொடங்கினார். மார்டின் லூதர் கிங் சுடப்பட்டு இறந்தபோது அதிகம் வேதனைக்குள்ளான அவர், அதையும் இசையாலேயே வெளியுலகத்துக்குத் தெரியப்படுத்தினார். வன்முறையற்ற சமூகத்தினை

உருவாக்கி அதன் மூலம் தங்களுக்கான உரிமையைப் பெற வேண்டும் என்றெழுந்த ஒரு குரலையும் மாய்ந்து போகச் செய்து தன் துயர வரலாறை அமெரிக்கா எழுதிக்கொண்டது என்றார் சிமோன். அவருக்கு ஏற்கெனவே அமெரிக்காவின் மீதிருந்த வெறுப்பு பன்மடங்கானது. இது தனக்கான நிலம் இல்லை என்று முடிவு செய்தார். இப்படி முடிவான பின்பு மனதுக்கு எல்லை இருக்குமா என்ன? கிடைத்த மேடைகளில் எல்லாம் தனது மக்களுக்காகப் பாடினார். தன் பாடல்களின் மூலம் சிமோன் வன்முறையைத் தூண்டுகிறார் என்பது அவருடைய நலன்விரும்பிகளைக் கவலைக்குள்ளாக்கியது. "நீங்கள் கட்டடங்களுக்கு நெருப்பு வைக்கத் தயாரா?" என்று கூட்டத்தினைத் தூண்டிக்கொண்டே இருந்தார்.

சில நேரங்களில் அது மிதமிஞ்சியும் போனது. அவரது கோபத்தையும் ஆவேசத்தையும் பியானோ கட்டைகளால் தாக்குப் பிடிக்க முடியாமல் போனது. "எனக்கு அஹிம்சை பிடிப்பதில்லை. நானே துப்பாக்கி ஏந்தி எல்லோரையும் சுட வேண்டும் என்று தோன்றுகிறது. ஆனால் முடியாது. அதனால் என் இசையைத் துப்பாக்கியாக நினைக்கிறேன். என் வார்த்தைகளே தோட்டா" என்றார். அந்த நேரத்தில் அவருடைய பாடல்களும் அப்படித்தான் இருந்தன.

இதனால் அவருடைய வருமானம் பாதிக்கப்பட்டது. அவரை நிகழ்ச்சிக்கு அழைத்தால் அரசியல் பேசுவார் எனத் தவிர்த்தனர். சிமோனுக்கு இது அழுத்தத்தைக் கொடுத்தது. ஒருபக்கம் 'போனால் போகட்டும்' என்று இருந்தாலும், 'நான் என்ன தவறு செய்துவிட்டேன்..." என்கிற சீற்றமும் இருந்தன. இரண்டுக்கும் இடையில் அவர் ஊசலாடிக்கொண்டிருந்தார். பின்னாட்களில் ஒரு நேர்காணலில் இப்படிச் சொல்கிறார், "ஒருவேளை நான் புரட்சிகரமான பாடல்களைப் பாடவில்லை என்றால் நான் இந்த நிலைமைக்கு வந்திருக்க மாட்டேன். அப்போதும், இப்போதும் நான் மகிழ்ச்சியாக இல்லை. பொது வாழ்க்கை குறித்து எந்த நினைவுமின்றிப் பாடல்கள் பாடிக் கொண்டிருந்தவர்கள் சந்தோஷமாக இருந்தார்கள். அன்று சட்ட உரிமைக்காகப் போராடியவர்களில் ஒருவர் கூட இன்று இல்லை. எல்லாம் கிடைத்துவிட்டது என்று நினைக்கிறார்கள். ஆனால், எல்லாம் கிடைத்துவிட்டதா? இதோ நான் எனது வாழ்க்கையை இழந்து நிற்கிறேனே" என்றார்.

இதே சமயம் அவருடைய தனிப்பட்ட வாழ்க்கையிலும் கசப்பு ஏற்படத் தொடங்கியிருந்தது. அவருடைய கணவர் அவரை அடிப்பதாக

நாட்குறிப்பில் தொடர்ந்து எழுதிக்கொண்டிருந்தார். அதை அவரது இசைக்குழுவில் உள்ளவர்களும் உறுதி செய்கின்றனர். இவர்களுடைய ஒரே மகளும் இந்த ஆவணப்படத்தில் பேசியிருக்கிறார். சொல்லப் போனால் இந்த ஆவணப்படத்தின் ஆன்மா அவர்தான். சிமோனை ஒரு தாயாக, போராளியாக, பாடகியாகப் பார்த்ததை அவர் ஒவ்வொரு கட்டத்திலும் சொல்கிறபோது இப்படியொரு பார்வையா என்கிற வியப்பு ஏற்படுகிறது.

சிமோன் ஒருநாள் எல்லாவற்றையும் விட்டுவிட்டு அமெரிக்காவிலிருந்து லெபனானுக்குச் சென்றுவிடுகிறார். அவருடைய மகள் சொல்கிறார். "எனது வீட்டில் நான் பழகிய எல்லாம் இருந்தன. தோட்டம், நாற்காலிகள், பீங்கான்கள், நாய்கள்... எல்லாம். ஆனால், எனது அம்மாவும் அப்பாவும் இல்லை. அவர்கள் திரும்பி வரமாட்டார்கள் எனத் தெரியவரும்போது அந்தப் பழக்கப்பட்ட வீட்டில் தனிமையில் நின்றிருந்தேன்" என்கிறார். ஆண்டியிடமிருந்து விவாகரத்துப் பெற்றுக்கொண்ட பிறகு சிமோன் தனது மகளை லெபனானுக்கு அழைத்துப் போகிறார். பதினான்கு வயதுவரை மகள் சிமோனுடன் வாழ்கிறார். "துன்பகரமான வாழ்க்கை. என்னை ஒவ்வொரு நாளும் தற்கொலைக்குத் தூண்டிக்கொண்டே இருந்தது அந்த வாழ்வு" என்கிறார். எந்த வன்முறையை எதிர்த்து அமெரிக்காவே வேண்டாம் என்று சிமோன் தனது தாய்வழித் தேசமான ஆப்பிரிக்காவுக்குச் சென்றாரோ, அங்கு அதே வன்முறையைத் தன் மகள் மீது செலுத்தியிருக்கிறார்.

மகள் தனது அப்பாவைத் தேடி அமெரிக்கா சென்றபோது சிமோன் மீண்டும் தனிமையாகிறார். கையில் பைசாவும் இல்லாததால் பிரான்ஸ் சென்று, அங்கு இரவு கிளப்களில் 300 டாலருக்காகப் பாடுகிறார். இதே நேரம் அவருக்கு மனப்பிறழ்வும் சேர்ந்துகொள்கிறது. அவரது நிலை தெரிந்து நண்பர்கள் மீட்கின்றனர். மனநல சிகிச்சை அளிக்கப்படுகிறது. தனது அம்மா மனநலம் பாதிக்கப்பட்ட நிலையில் இருக்கிறார் என்பதை மகளும் புரிந்துகொள்கிறார். அதன் பின்னர் அவர் கடைசிவரை சிமோனை விட்டுக்கொடுக்கவே இல்லை.

ஆறு ஆண்டுகளுக்குப் பிறகு மீண்டும் மேடையேறுகிறார் சிமோன். அந்தக் காட்சிதான் ஆவணப்படத்தின் தொடக்கமாக அமைந்துள்ளது. காதல் பாடல்களையும், பிறகு புரட்சிகரமான பாடல்களையும் எழுதியவர் இப்போது வாழ்க்கையை வேறு கோணத்தில் பார்க்கத் தொடங்கியதன் விளைவாக ஆழ்ந்த புரிதலுடன் எழுதுகிறார்.

மிகுந்த உணர்வெழுச்சியும் அதை மறைக்கத் தெரியாத ஒருவருமான சிமோன் அதனாலேயே பாதிப்படைந்தார். "பியானோவை நான்

வெறுக்கிறேன்" என்று இசை குறித்த சிந்தனையில்லாமல் அவர் வாழ நினைத்தார். ஆனால் அதுதான் தனது அருமருந்து என்பதைக் கண்டுகொண்டார். மானுடத்துடன் தொடர்புகொள்ள அவர் எப்போதும் இசையையே கொண்டிருந்தார்.

ஒரு மேடையில் நின்று, "நான் உங்களை நேசிக்கிறேன். நீங்கள் என்னை நேசிக்கிறீர்கள். ஆனால், இந்த இடம் எனக்குப் பிடிக்கவில்லை. வெக்கையாக இருக்கிறது, அசிங்கமாக இருக்கிறது" என்று ஆயிரக்கணக்கானவர் முன்பு சொல்கிறபோது எல்லோரும் கோபப்பட்டிருக்க வேண்டும், மாறாக எல்லாரும் சிரித்தார்கள். அது சிமோனின் மனதினைப் புரிந்துகொண்ட ரசிகர்களின் அன்பளிப்பு, "சிமோன் உன்னை நாங்கள் அறிவோம். நீ பூடகமில்லாதவள். உன் இசைபோல மனதில் உள்ளதைச் சொல்லத் தெரிந்தவள். அதனால் பரிசுத்தமான உன் ஆன்மாவிலிருந்து தோன்றும் இசை போல் சொற்களையும் நாங்கள் ஏற்றுக்கொள்கிறோம்" என்பது பார்வையாளர்களின் பதிலாக இருந்தது.

அதைப் புரிந்துகொண்டதால்தான் சிமோன் புன்னகையுடன் தனது இசைப்பயணத்தைத் தொடர்ந்தார்.

சிமோனின் வாழ்க்கை அமைதியும், வேட்கையும், ஏக்கமும், கொந்தளிப்பும் உணர்வெழுச்சியும், பைத்தியக்காரத்தனமும் கொண்டது. நல்ல ஸ்வரங்களையும் மாறான சுருதிகளையும் கொண்ட ஒரு வாழ்க்கை அவருடையது.

அவரைத் தள்ளி நின்று பார்த்தவர்களுக்கு அடங்காத பிறவியாக இருந்தார். நெருங்கியவர்களின் மனதோடு ஐக்கியமானார். இந்த ஆவணப் படத்துக்குப் பிறகு நினா சிமோனை எல்லோரும் மீண்டும் கண்டடைந்தார்கள். அவரை நோக்கிச் சென்றார்கள்.

முன்னைக் காட்டிலும் அவர் நேசிக்கப்படுகிறார்.

மாயா ஏஞ்சலோ கேட்ட கேள்விக்குப் பதில் கிடைத்திருக்கிறது,

"என்ன ஆனாய் சிமோன்?"

"வலி சொல்லத் தெரியாதவர்களின் வாழ்க்கையானேன் மாயா" என்றிருப்பார் சிமோன்!

ஆகுதல்

> உங்களால் ஒட்டுமொத்தமான ஏற்றத்தையும் பார்க்க முடியவில்லை என்றாலும், நம்பிக்கையைக் கொண்டு முதல் அடியினை எடுத்துவையுங்கள்"
>
> – மார்டின் லூதர் கிங் ஜூனியர்

ஆப்பிரிக்க வம்சாவளியினரின் துணை இல்லாமல் அமெரிக்கப் பேரரசு இத்தனை தூரம் முன்னேறியிருக்க முடியாது என்பதே வரலாற்று உண்மை. இதை மறைக்கவே வெள்ளை இன அடிப்படைவாதிகள் காலம் முழுக்க வெறுப்போடு போராடுகிறார்கள். கடந்த பல நூற்றாண்டுகளாக அமெரிக்க மண்ணில் ஆப்பிரிக்கர்கள் எதிர்கொண்ட அவமானங்கள், முரண்பாடுகள், எரிச்சல்கள், உயிர்ப்பலிகள், உரிமையின்மைகளை உலகம் பார்த்துக்கொண்டுதான் இருந்தது. நம்பிக்கை இழக்கின்ற காலகட்டம் என்பது அமெரிக்க மண்ணில் இருக்கும் கறுப்பின மக்களுக்கு நிரந்தர மனநிலையாக இருந்தது. இவர்களுக்கு நம்பிக்கை ஏற்படுத்தவே தலைவர்கள் உருவானார்கள்; போராட்டங்கள் நடந்தன; இசைக்குழுக்கள் தங்கள் பங்குக்குப் பெரும் நம்பிக்கையைத் தந்தன; திரைப்பட இயக்குநர்கள் உருவானார்கள்; தொழிலதிபர்கள் பெரும் போராட்டத்துக்குப் பின்னர்

அமெரிக்காவில் தொழில் தொடங்கினார்கள். மற்றவர்களைக் காட்டிலும் இவர்கள் பல மடங்கு உழைக்க வேண்டியிருந்தது.

இந்த மாற்றங்களும் கூட உடனடியாக நடந்துவிடவில்லை. அங்கங்கு பல்வேறு போராட்டங்கள் நடந்துகொண்டிருந்தன. இதன் மிகப்பெரும் தாக்கமாக அமைந்தது சட்ட உரிமை இயக்கம். அமெரிக்கா முழுவதும் வாழ்ந்த கறுப்பின மக்களை இந்த உரிமைப் போராட்டம் ஒன்றிணைத்தது. ஒற்றுமையே பலம் என்று கறுப்பின மக்கள் உலகுக்கு நிரூபித்த தருணங்கள் அவை. இப்போராட்டத்துக்கு முன் பின் எனக் கறுப்பின மக்களின் வாழ்க்கை முறையைப் பிரிக்கலாம். இவற்றைக் குறித்துப் பல்வேறு ஆவணப்படங்களும் திரைப்படங்களும் வெளியாகின; வெளிவந்துகொண்டிருக்கின்றன.

இவற்றிலிருந்து முற்றிலும் வேறுபட்ட ஓர் ஆவணப்படம் சமீபத்தில் வெளியாகியிருக்கிறது. கறுப்பின மக்களுக்கு இதைப் போல் நம்பிக்கை ஏற்படுத்திய ஓர் ஆவணம் கிடைத்ததில்லை. அப்படத்தின் பெயர் Becoming.

சட்டவுரிமைப் போராட்ட வெற்றிக்குப் பிறகும் கூட ஆப்பிரிக்க வம்சாவளியைச் சேர்ந்த ஒருவர் அதிகார மையத்தில் அமர முடியும் என்பது நினைத்துக் கூடப் பார்க்க முடியாத ஒன்றாக இருந்தது. ஆனால் அது நடந்தது. போராட்டங்களை முன்னெடுக்கும் தலைவர்களிலிருந்து அதிகாரத்தைக் கைப்பற்றும் தலைமை உருவானதை இந்த நூற்றாண்டில் அமெரிக்கா பார்த்துவிட்டது. அதற்குக் கிடைத்த வரவேற்பையும் குறிப்பிட்டாக வேண்டும். எட்டாண்டுக் காலம் அதிபராக இருந்த பராக் ஒபாமா பதவி விலகியபோது 'மீண்டும் வாருங்கள்' என்று மக்கள் கூக்குரல் எழுப்பினார்கள், அழுதார்கள். ஆப்பிரிக்க வம்சாவளியைச் சேர்ந்தவர்கள் மட்டுமல்லாமல் வெள்ளையின அமெரிக்கர்களும் ஒபாமாவை அழுதபடி அனுப்பி வைத்தார்கள். அதன் பின்பு திரு & திருமதி ஒபாமா அவர்களின் வாழ்க்கையைக் கூர்ந்து கவனிக்கவும் தொடங்கினார்கள். அதன் வெளிப்பாடே இந்த ஆவணப்படம்.

அமெரிக்காவின் முன்னாள் ஜனாதிபதி பராக் ஒபாமாவின் மனைவியான மிட்செல் ஒபாமா குறித்த ஆவணப்படம் இது. பராக் ஒபாமா இரண்டு முறை தொடர்ந்து அமெரிக்க ஜனாதிபதியாகத் தேர்ந்தெடுக்கப்பட்டபோதும் அவருடைய தேர்தல் பிரச்சாரங்களின் போதும், அதிபராக அவர் பொறுப்பேற்றிருந்தபோதும் பராக் ஒபாமாவுக்கு நிகராக மிட்செலும் செய்திகளில் இடம்பெற்றார்.

மிட்செல் அளவுக்கு வேறெந்தவோர் அமெரிக்க ஜனாதிபதியின் மனைவியும் தங்களை இந்த அளவுக்கு முன்செலுத்திக்கொள்ளவில்லை.

அமெரிக்க மக்கள் மிட்செல்லைத் தங்கள் குடும்ப உறுப்பினராகவே கருதினர். குறிப்பாக, ஆப்பிரிக்க அமெரிக்கர்கள் தங்களில் ஒருவர் முதன்முறையாக ஜனாதிபதியாகத் தேர்ந்தெடுக்கப்பட்டபோது அவர்கள் அடைந்த நம்பிக்கையும் மகிழ்ச்சியும் மிகப்பெரியது. பராக் ஒபாமாவின் '*we can*' என்கிற பிராச்சாரச் செய்தி, அமெரிக்கர்களின் மந்திரமாக மாறியது. ஒருபுறம் பராக் ஒபாமா அரசியலிலும் ஆட்சி நடைமுறையிலும் ஈடுபட்டிருக்க அவருக்குச் சமமாகச் சமூகப் பணிகளில் தன்னை ஈடுபடுத்திக்கொண்டிருந்தார் மிட்செல்.

எட்டு வருடக் காலப் பொறுப்புக்குப் பின் வெள்ளை மாளிகையிலிருந்து வெளியேறிய மிட்செல் ஒரு புத்தகம் எழுதினார். அதுதான் '*Becoming*'. பரபரப்பான எட்டு வருட வாழ்க்கை, தினமும் நிகழ்ச்சி நிரல்களின் பின் ஓடிய ஓட்டம், அரசியல் சூறாவளிகளின் மத்தியில் பணி, அணியும் உடை தொடங்கி யாரையெல்லாம் சந்திக்க வேண்டும் என்பதுவரை மற்றவர்களின் திட்டப்படியே பழகிய வாழ்க்கை என்றிருந்த எட்டு ஆண்டுகளுக்குப் பின் மிட்செல் ஒபாமா என்ன செய்யப்போகிறார் என்பதே இப்புத்தகம் எழுதப்பட்டதின் நோக்கம். அதோடு எட்டுவருட வாழ்க்கையில் தான் கற்றுக்கொண்டதைப் பற்றியும் பேசியிருக்கிறார். இப்புத்தகத்திற்கும் ஆவணப்படத்திற்குமான தொடர்பு என்னவென்றால், புத்தகம் வெளிவந்ததும் மிட்செல் ஒபாமா அமெரிக்காவில் சாலை வழிச் சுற்றுப்பயணம் மேற்கொண்டார்; எந்தக் கட்டுப்பாடுமின்றி ஒவ்வொரு மாகாணமாகச் சென்று மக்களோடு உரையாடினார். இதை ஆவணப்படுத்தியிருக்கிறார்கள். இது நம்பிக்கையின் வெளிப்பாடு.

மிட்செலைச் சந்திப்பவர்கள் அவரைத் தங்களது முன்மாதிரியாக நினைத்துக்கொண்டதாகச் சொல்கிறார்கள். ஒரு பெண்மணி மிட்செலைப் பார்த்ததும் அழுகிறார். "எங்களில் ஒருவர் இந்த இடத்துக்கு வருவார் என்று நாங்கள் நினைத்துக் கூடப் பார்த்ததில்லை" என்கிறார்.

மிட்செலின் பதில் இப்படியாக இருக்கிறது, "நாம் ஏன் நினைத்துப் பார்க்காமல் இருக்க வேண்டும்? நமது கனவு நமது உரிமை இல்லையா? கனவுக்கு எல்லையுண்டா என்ன? நாம் என்ன கனவு காண வேண்டும் என்கிற உரிமையைக் கூட நாம் மற்றவர்களுக்குக் கொடுத்து வைத்திருந்தோம். எல்லாவற்றுக்கும் நமக்கு இந்த மண்ணில் உரிமையுண்டு."

ஆவணப்படத்தின் தொடக்கத்தில் "நான் சிகாகோவின் தெற்குப் பகுதியிலிருந்து வந்திருக்கேன். இதுவே நான் யாரென்று சொல்வதற்குப் போதுமானதாகும்" என்கிறார்.

மிட்செலின் பள்ளிக் காலத்தில் அவருடைய அப்பா சொந்தவீடு ஒன்றினை வாங்குகிறார். உடனே அருகில் குடியிருந்த வெள்ளை இன அமெரிக்கர் தனது வீட்டினைக் காலி செய்து போய்விடுகிறார். இது மிட்செலின் மனதில் பெரும் வேதனையை ஏற்படுத்துகிறது. பிறகுதான் அவர் புரிந்துகொள்கிறார். அமெரிக்க மாகாணங்களின் புறநகர்ப் பகுதிகள் வேகமாக வளர்ச்சியடைவதன் காரணம், கறுப்பின மக்கள் நகரத்துக்குள் வீடு வாங்குகிறபோது அந்தப் பகுதியில் இருக்கும் வெள்ளை இனத்தவர்கள் வீடுகளைக் காலி செய்து புறநகர்ப் பகுதிக்குக் குடியேறுகிறார்கள் என்பது. கறுப்பின மக்கள் குடியேறும் பகுதிகளில் பாதுகாப்பு இருக்காது என்று அவர்கள் முடிவு செய்திருப்பது மிட்செல் மனதில் ஆதங்கத்தை ஏற்படுத்துகிறது.

கல்லூரியில் சேர்கிறபோது கல்லூரி விடுதியில் மிட்செல்லின் அறை வெள்ளை இனப் பெண் ஒருவருக்கும் பகிரப்படுகிறது. இதையறிந்த அந்தப் பெண்ணின் அம்மா உடனே தனது மகளுக்கு அறையை மாற்றித் தரும்படி கேட்டு மாற்றியும் கொள்கிறார். அதற்கு அவர் சொன்ன காரணம், "கறுப்பினத்தவர்கள் பாதுகாப்பானவர்கள் அல்லர்." இவையெல்லாம் மிட்செல் மனதில் பெரும் தாக்கத்தை ஏற்படுத்துகிறது. தோலின் நிறம் எப்படி ஒருவரின் ஆளுமையையும் சுயத்தையும் தீர்மானிக்கும் என்று மிட்செல் தனக்குள் கேள்வி எழுப்பிக்கொண்டிருந்தார்.

வீடுகளிலும் கல்லூரியிலும் மட்டுமல்ல அமெரிக்க ஜனாதிபதியாகத் தேர்ந்தெடுக்கப்பட்டு வெள்ளை மாளிகையில் அதிகாரப்பூர்வமாகக் குடியேறிய பின்னும் இந்த வெறுப்புணர்வு சிலரிடம் இருந்தது. ஆப்பிரிக்காவிலிருந்து அடிமை இனத்தவர்களாக அழைத்துவரப்பட்ட மக்களின் உழைப்பில் கட்டப்பட்ட வெள்ளை மாளிகையை முதன்முறையாக ஒரு ஆப்பிரிக்க வம்சாவளி குடும்பம் அதிகாரப்பூர்வமாக உரிமையாக்கிக் கொண்டதை வெறுப்பாளர்களால் தாங்கிக்கொள்ள முடியவில்லை.

ஒபாமா குடும்பத்தினர் அங்கு குடியேறிய சில நாட்களில் மாளிகையை நோக்கி ஒருவர் தனது துப்பாக்கியால் சுடத் தொடங்கினார். முந்தைய ஜனாதிபதிகளைக் காட்டிலும் ஒபாமா குடும்பத்தாருக்கு அச்சுறுத்தல் மூன்று மடங்காக இருந்தது என வெள்ளை மாளிகையின் பாதுகாப்புக்

குழுவினர் தெரிவித்திருந்தனர். "இப்படியெல்லாம் நடக்கும்போது உங்கள் மனநிலை என்னவாக இருந்தது?" என்று கேட்கிறார்கள். அதற்கு மிட்செல் சொல்கிறார், "அவர்கள் தாழும்போது நாங்கள் உயர்கிறோம்."

இந்த ஆவணப்படத்தில், சுற்றுப்பயணம் மேற்கொண்ட இடங்களில் மாணவிகளைச் சந்தித்து உரையாடுவதை வழக்கமாக்கிக் கொண்டிருந்தார். அவர்கள் எல்லோருக்கும் எதிர்காலம் குறித்த கேள்விகள் இருந்தன. "உங்களுடைய நகரம், சூழல் எல்லாமே நீங்கள் பழகிய ஒன்றாக இருக்கும். அதில் இருந்து வெளிவருவதற்கு நீங்கள் தயங்குவீர்கள். ஆனால் அந்தத் தயக்கம் தேவையற்றது. சிறு வயதிலிருந்து என்னுடைய அம்மாவும் அப்பாவும் நான் எனது வசதியான சூழலிலிருந்து வெளியே செல்ல வேண்டும் என்பதை வலியுறுத்தினார்கள். மேற்படிப்புக்குச் சிகாகோவிலிருந்து பிரின்ஸ்டன் பல்கலைக்கழகத்துக்குச் செல்லப்போகிறேன் என்றதும் எனது பள்ளியில் இருந்த ஆலோசகர் ஒருவர், 'உன் தகுதிக்கு மீறி ஆசைப்படுகிறாய் மிட்செல்' என்றார். யார் தகுதியை யார் நிர்ணயிப்பது? நான் பிரின்ஸ்டன் பல்கலைக்கழத்தில் படித்தேன். அங்கிருந்து ஹார்வர்ட் சென்றேன். என்னால் முடிந்தது உங்களால் முடியாதா?" என்று கேட்கிறார்.

இப்படியானதொரு நம்பிக்கை அந்த மாணவிகளுக்குத் தேவைப் படுகிறது. வயதானவர்கள், பதின்பருவப் பிள்ளைகளின் அம்மாக்கள் எனப் பல்வேறு தரப்பினரைச் சந்திப்பதும், அவர்கள் கதைகளைக் கேட்பதுமாய் இந்தச் சுற்றுப்பயணத்தை அவர் மேற்கொண்டிருந்தார். அவர் செல்லுமிடம் எல்லாம் பிரமாண்டமான அரங்குகளிலேயே நிகழ்வுகள் நடைபெற்றன. அனைத்து அரங்கங்களும் நிரம்பியிருந்தன.

எதற்காக மிட்செல் இதைச் செய்ய வேண்டும். அமெரிக்க வரலாற்றில் தன்னுடைய இடம் என்னவாக இருக்கிறது என்பது மிட்செலுக்குத் தெரியும். தன்னுடைய பிரபலமும் தன் வாழ்க்கையும் பலருக்கும் நம்பிக்கை அளிக்க வேண்டும் என்பதற்காக இவற்றைச் செய்கிறார். ஜனாதிபதியின் மனைவி என்று விருந்து விழாக்களிலும் கேளிக்கைகளிலும் மட்டும் கலந்துகொள்வதை அவர் விரும்பவில்லை. தொடர்ந்து உரையாட விரும்புகிறார். அமெரிக்காவின் அடுத்த தலைமுறை மீது மிட்செல்லுக்குப் பெரும் நம்பிக்கை இருக்கிறது.

ஆப்பிரிக்க அமெரிக்கர்களைப் பற்றி எடுக்கப்பட்ட ஆவணப் படங்களில் இத்தனை நூற்றாண்டுகள் கழித்து ஓர் ஆவணப்படம் நம்பிக்கையின் மொழியாக வெளிப்பட்டிருக்கிறது என்பதுதான் இதைப் பற்றி உரையாடுவதற்குத் தூண்டுகிறது.

ஆவணப்படம் முழுக்கவும் பல்வேறு முகங்கள் தொடர்ந்து காட்டப் படுகின்றன. அவற்றில் பல நூற்றாண்டு காலமாகத் தேங்கியிருந்த தயக்கங்களும் வலிகளும் சோர்வும் கரைந்தபடி இருப்பதைப் பார்க்க முடிகிறது.

நம்மில் ஒருவர் என்கிற எண்ணம் எத்தனை வலு சேர்த்திருக்கிறது என்பது மிட்செலைச் சந்திக்க வரும் ஒவ்வொரு பெண்ணின் முகத்திலும் தெரிகிறது. அரசியல் காரணங்கள், காழ்ப்புகள் கடந்து இந்த நம்பிக்கை சமகாலத்தின் தேவையாக மாறியுள்ளது.

படத்தின் முடிவில் ஒரு மாணவி சொல்கிறாள், "நான் தைரியமானவளாக வலு உள்ளவளாக இருக்கிறேன்" இது மிட்செல் தைரியம். இந்தக் குரல் ஒலிக்கப் பல நூற்றாண்டுகள் ஆகியிருக்கின்றன. அந்தக் குரல்களை வெளிக் கொண்டுவந்ததாலேயே இந்த ஆவணப்படம் முக்கியத்துவம் பெறுகிறது.

எனக்கான கட்டம் எது கோச்?

"நீ இருக்கும் இடத்தைக் கடந்து ஒரு உலகம் உள்ளது... அதை நோக்கிச் செல்லும் தகுதி உனக்கு உண்டு"

"நீ இங்கிருந்துதான் வந்தாய்... இது உன்னுடைய இடம்"

இந்த இரண்டு வாக்கியங்களுக்கும் ஒரு மெல்லிய வித்தியாசமே உண்டு. ஆனால், அந்த வித்தியாசம் உறுதியானது. நரம்பின் உறுதியைப் போன்றது. இந்த வித்தியாசத்தைக் கண்டுகொள்ள 'Queen of Katwe' படத்தினைப் பார்க்க வேண்டும்.

இந்தப் படம் 2016இல் வெளிவந்தது. இது உகாண்டா நாட்டுத் திரைப்படம். இத்திரைப்படத்தை இயக்கிவர் இந்திய அமெரிக்கத் திரைப்பட இயக்குநரான மீரா நாயர் ஆவார். இவர் இதனை நவீனக் காலத்திய உகாண்டா திரைப்படம் என்கிறார். உகாண்டா சொந்தமாகத் திரைப்படம் எடுக்க ஆரம்பித்தது 2005இல் இருந்துதான். அதற்கு முன்பும் இப்போதும் பெரும்பாலும் ஹாலிவுட் திரைப்படங்களை மொழிமாற்றம் செய்து வெளியிட்டுவருகிறார்கள்.

மீராவின் கணவர் மஹ்மூத் மம்தானி, உகாண்டா நாட்டைச் சேர்ந்தவர். மீராவுக்கு இந்தியா போலவே உகாண்டாவும் சொந்த நாடானது. டிஸ்னி நிறுவனத்தின் துணைத் தலைவரான டெண்டோ நாகேண்டாவுக்குத் தனது சொந்தத் தேசமான உகாண்டா குறித்துத் திரைப்படம் எடுக்க வேண்டுமென்பது ஆசை. அவர் பெரிய பொறுப்பில் இருந்தபோதும் உகாண்டா போன்ற நாட்டிலிருந்து என்ன மாதிரியான படம் எடுத்துவிட முடியும் என்பதும் அது வியாபார ரீதியாக எப்படி நிறைவளிக்கும் என்பதும் டிஸ்னியின் கேள்வியாக இருந்தது. "என்னிடம் எதைக் கதையாக எடுக்க வேண்டும் என்கிற யோசனை இருக்கிறது. இதனை மீரா இயக்கினால் சரியாக இருக்கும்" என்று மீராவைச் சந்திக்கிறார் டெண்டோ நாகேண்டா. மீராவிடம் அவர் சொன்ன கதைதான் 'Queen of Katwe'. மீராவைப் பொறுத்தவரை, உகாண்டாவுடன் பல வருட உறவு இருந்தாலும் அந்தத் தேசத்தின் பின்னணியில் ஒரு படம் இயக்க முடியவில்லை என்கிற வருத்தம் இருந்தது. இருவரின் சந்திப்பும் இவர்களது நீண்ட நாள் விருப்பத்தை நிறைவேற்றிக்கொண்டன.

காத்வே என்பது உகாண்டாவின் தலைநகரமான கம்பாலாவின் ஒரு பகுதி. மூன்று கிலோமீட்டர் தூரம் விரிந்திருக்கும் ஒரு குடியிருப்பு. சேரிப்பகுதி என்று சொல்லலாம். அன்றாடக் கூலிகளும் தெரு வியாபாரிகளும் வாழும் இடம். இங்கிருந்து ஒரு சிறுமி சதுரங்க ஆட்டத்தின் 'கிராண்ட் மாஸ்டர்' பட்டத்துக்காகக் கனவு காண்கிறாள் என்பதே கதை, உண்மைக் கதையும் கூட.

இதனை டெண்டோ நாகேண்டா சொன்னபோது தன்னால் காத்வேயைத் திரையில் சரியாகக் காண்பிக்க முடியும் என்று மீராவுக்குத் தோன்றியிருக்கிறது. அதுமட்டுமல்லாமல் ஒரு சிறுமி செஸ் சாம்பியன் ஆகிறாள் என்பதோடு இக்கதையில் சொல்வதற்கு ஏராளமான கதைகளும் சம்பவங்களும் இருந்ததைப் புரிந்துகொள்கிறார் மீரா.

உடனே திரைக்கதையாசிரியர் வில்லியம் வீலாரை வரவழைக்கிறார். இருவருமாகச் சேர்ந்து செஸ் வீராங்கனையான ஃபியானாவையும் அவளுடைய குடும்பத்தையும் அவளுடைய பயிற்சியாளரையும் சந்திக்கின்றனர். தாங்கள் நினைத்ததைவிட இது முக்கியமான படமாக இருக்கப்போகிறது என்பது இருவருக்கும் தெரிகிறது.

மிகவும் பிற்படுத்தப்பட்ட சூழலிலிருந்து விளையாட்டுத் துறைக்கு முன்னேறுபவர்கள் ஒவ்வொருவரிடமும் சொல்வதற்குச் சம்பவங்களும் கண்ணீரும் உழைப்பும் மிகுதியாக இருக்கும். அதற்கு எந்த வகையிலும்

குறைவில்லாத, சொல்லப்போனால் இப்படியான சூழலில் இருக்கும் எவரும் நினைத்துக்கூடப் பார்க்க முடியாத ஒரு கனவையே ஃபியானா கொண்டிருந்தாள். எந்த நேரமும் பின்வாங்கிவிடக்கூடிய சூழலே அவளுக்கு ஒவ்வொரு நாளும் இருந்தது.

ஒரு சதுரங்கப் போட்டியில் பங்கெடுக்க ஃபியானா வருகிறாள் என்பதிலிருந்து படம் தொடங்குகிறது. ஆட்டம் தொடங்கவிருக்கும் சமயம் அவளுடைய பின்னணிக் கதையும் தொடங்குகிறது. காத்வேயின் சூழல் நமக்குக் காட்டப்படுகிறது. ஒருபக்கம் நதி ஓடிக்கொண்டிருக்க, மறுபக்கம் கரையில் சேறும் சகதியுமான ஒரு பகுதியில் மக்கள் அதுகுறித்த எந்தத் தாக்கமுமின்றி வாழ்ந்துகொண்டிருக்கிறார்கள். அங்கொரு வீட்டில் ஃபியானா அவளுடைய அம்மா சகோதரர்கள், அக்காவுடன் வாழ்கிறாள். அதை வீடு என்று சொல்வது மிகையானது. நான்கு பக்கமும் மறைப்புகள் கொண்ட ஓர் அறை, கதவுக்குப் பதிலாய்ப் பொத்தல்கள் விழுந்த ஒரு துணி மட்டுமே. ஃபியானாவின் அக்கா ஓர் இளைஞனுடன் நெருங்கிப் பழகுவதை அம்மா விரும்பவில்லை. நான்கு குழந்தைக்குத் தாய் என்றபோதும் அவள் இருபது வயதின் மத்தியில் இருக்கிற கைம்பெண். இப்படியான பெண்களுக்கு ஏற்படுகிற உறுதியோடு வாழ்கிறாள் அவள்.

ஃபியானாவுக்கும் அவளது சகோதரனுக்கும் மக்கள் கூடும் இடங்களில் மக்காச்சோளம் விற்பதுதான் வேலை. சோள மாவினைக் கரைத்துக் குடிக்கும் கஞ்சி மட்டுமே இரவு உணவு. ஆனாலும் பன்னிரண்டு வயதான ஃபியானாவிடம் எவரேனும் "வாழ்க்கை எப்படிப் போகிறது ஃபியானா?" என்றால், "சிறப்பாகப் போகிறது" என்பாள் சிரித்தபடி.

அதே ஊரில் கடாண்டே என்கிற விளையாட்டுப் பயிற்சியாளர் இருக்கிறார். வறுமையைக் கல்வியின் மூலம் ஒழிக்க முடியவில்லை என்றால் விளையாட்டின் மூலம் நேர்செய்துவிடலாம் என்பது அவருடைய வாழ்க்கை விதி, அனுபவமும் கூட. ஃபுட்பால் வீரரான அவர், அதை விளையாட முடியாத குழந்தைகளுக்குச் சதுரங்கப் பயிற்சியளிக்கிறார். காரணம், புட்பால் விளையாடும்போது அடிபடும் வாய்ப்புள்ளது. அங்குள்ள மக்களால் மருத்துவருக்குச் செலவு செய்ய முடியாது. அதனால் உட்கார்ந்து விளையாடும் சதுரங்கப் பயிற்சி தரலாம் என்று முடிவு செய்கிறார். அங்குதான் ஃபியானா ஒருநாள் சதுரங்கப் பலகையினைப் பார்க்கிறாள். கடாண்டே அங்கு வரும் குழந்தைகளுக்குக் கஞ்சி தருகிறார். இதுதான் ஃபியானாவுக்கு முதல் ஈர்ப்பாக இருக்கிறது.

கடாண்டே ஃபியானாவையும் செஸ் பயிற்சியில் சேர்த்துக்கொள்ள, அங்குள்ள குழந்தைகள் அவள் மீது துர்நாற்றம் வீசுவதாக விலகுகிறார்கள். அதை மீறி ஃபியானாவுக்கு ஒரு சிறுமி சதுரங்கத்தின் அடிப்படை விதிகளைக் கற்றுத் தருகிறாள். அந்தச் சிறுமி சொல்கிற முதல் வார்த்தைதான் ஃபியானாவைச் சதுரங்கத்தை நோக்கி ஈர்க்கிறது. "இங்கு சிறியவை பெரிய காரியங்களைச் செய்யும்" என்று போர் வீரரைத் தூக்கிக் காட்டுகிறாள். ஃபியானோ கண்கள் பளிச்சென மின்னுகின்றன. அது அவள் எதிர்பார்த்திராத, யாரேனும் சொல்ல மாட்டார்களா என்று ஏங்கிக்கொண்டிருந்த சொற்கள். தன்னைச் சிறியவளாக அதுவரை நினைத்திருந்த ஃபியானாவுக்கு அது ஒரு தேவ வாக்கியம்.

மறுநாளே தேய்த்துத் தேய்த்துக் குளித்துவிட்டுப் பயிற்சிக்கு வருகிறாள். அவளுடைய சகோதரனும் அவளுடன் விளையாட வருகிறான். இருவரும் வீட்டில் ஒரு துணியில் கட்டங்களை வரைந்து சோடா பாட்டில் மூடிகளைக் காய்களாக வைத்து விளையாடுகின்றனர். ஃபியானாவுக்குச் சதுரங்க விளையாட்டின் நுணுக்கங்கள் பிடிபடுகின்றன. இயற்கையாகவே அவளுக்குள் புத்திசாலித்தனமும் பல்வேறு நகர்வுகளைக் கணிக்கும் திறனும் இருப்பதை கடாண்டே கண்டுகொள்கிறார். அவளுக்காகவும் மற்றக் குழந்தைகளுக்காகவும் அவர் மெனக்கெடுகிறார். சேரிக் குழந்தைகளைச் சதுரங்கப் போட்டிகளில் விளையாட அனுமதிக்க மாட்டோம் என்று சொல்பவர்களிடம் "என் குழந்தைகளைப் பற்றி உங்களுக்குத் தெரியவில்லை. அவர்கள் திறமையானவர்கள். நீங்கள் வாய்ப்புத் தர வேண்டாம், நியாயத்தின்படி நடந்து கொள்ளுங்கள்" எனக் கேட்டுப் போட்டிகளுக்கும் அழைத்துச் செல்கிறார். காத்வே பிள்ளைகளிடம் திறமைகள் இருப்பதை ஒவ்வொருவரும் கண்டுகொள்கிறார்கள். குறிப்பாக ஃபியானாவின் விளையாட்டு எல்லோருக்கும் ஆச்சரியமளிக்கிறது.

ஒவ்வொரு போட்டியிலும் ஃபியானா எப்படி முன்னேறுகிறாள் என்பதைக் காட்டிக் கொண்டே போய், அவள் சாம்பியன் பட்டம் பெற்றுத் தன்னுடைய இடத்துக்கு மகிழ்ச்சியாக வரும்போது அவளைப் பாராட்டி அரசால் ஒரு வீடு தரப்படுகிறது என்பதோடு படம் நிறைவு பெறுகிறது. ஆனால், இதற்கிடையில் பதிவு செய்யப்பட்ட ஃபியானாவின் வாழ்க்கை அதி முக்கியமானது. அவள் சதுரங்க ஆட்டத்தினைத் தன்னுடைய குடும்பத்தை உயர்த்தும் வாய்ப்பாகப் பார்க்கிறாள். சாதாரணமாய் மண்ணோடு மண்ணாக வாழ வேண்டியிருந்த வாழ்க்கையில் இருந்து தன்னை மீட்ட பயிற்சியாளர்

கடாண்டேவுக்குச் செலுத்தும் நன்றிக் கடனாக நினைக்கிறாள். மட்டுமல்லாமல், கடாண்டே சொல்வதுபோல மற்றவர்களைப் போலத் தனக்கும் வாய்ப்பளிக்கப்பட வேண்டும் என்று போராடுகிறாள்.

கடாண்டே கதாபாத்திரம் அற்புதமானது. அவர் சதுரங்கத்தினைக் குழந்தைகளுக்குச் சொல்லித்தரும் விதம் அசாதாரணமானது, "இந்த பிஷப் இங்கு மாட்டிக்கொண்டார், என்ன செய்வீர்கள்?" என்றதும் குழந்தைகள் சதுரங்கப் பலகையினையே பார்க்கிறார்கள், "வாய்ப்பே இல்லை... ம்ஹூம்ம்... ஒன்றும் செய்ய முடியாது" என்கிறார்கள். இப்போது கடாண்டே கேட்கிறார், "நீங்கள் தினமும் சில மைல் தூரம் நடந்துபோய்தானே தண்ணீர் எடுக்கிறீர்கள்? தண்ணீர் கொண்டுவரும்போது சேறும் சகதியுமாக இருந்தால் என்ன செய்வீர்கள்?" குழந்தைகள் ஒரு பதிலைச் சொல்கிறார்கள். "சரி, உங்களைத் தண்ணீர் பிடிக்கவிடாமல் அந்தத் தண்ணீரைத் தங்கள் கம்பெனிகளுக்காக முதலாளிகள் குழாயில் பிடித்துக்கொள்கிறார்கள். இப்போது என்ன செய்வீர்கள்?" என்றதும் குழந்தைகளிடம் இருந்து ஒரு பதில் வருகிறது. "சரி, இப்போது தண்ணீர் எடுத்துக்கொண்டு வரும் வழியில் மழை வந்துவிட்டது. நகரவே முடியாது... ஆனால் தண்ணீரையும் வீட்டுக்கு எடுத்துப் போக வேண்டும்... நடந்தால் வழுக்கும் பாதை வேறு... இப்போது குடத்தினை எப்படி எடுத்துப் போவீர்கள்?" இப்போதும் குழந்தைகளிடம் தீர்வு இருக்கிறது. ஏனெனில், அது அவர்களது அன்றாடம். இந்தக் கஷ்டங்களைத் தாங்கித்தான் அங்கு தண்ணீர் பிரச்சினை ஒவ்வொரு நாளும் தீர்க்கப்படுகிறது. நதியின் கரையில் வாழும் அவர்களுக்கு நீர் கூட போராட்டம்தான். அப்போது கடாண்டே சொல்கிறார், "பாருங்கள், உங்களிடம் உங்கள் பிரச்சினைக்குத் தீர்வு இருக்கிறது. அது போலத்தான் பிஷப்பினைக் காப்பாற்றுவதற்கும் உங்களிடம் தீர்வு இருக்கும். யோசியுங்கள்" என்றதும் குழந்தைகள் சதுரங்கப் பலகையைப் பார்த்துத் தீர்வு சொல்கின்றனர். இதனை ஃபியானா கவனிக்கிறாள். "முதலில் பிரச்சினை எப்போதுமே பெரிதாய்த் தெரியும். மீள முடியாதோ என்று தோன்றும். ஆனால் பிரச்சினையை உற்று நோக்கினால் தீர்வும் அங்கேயே இருப்பதைப் புரிந்துகொள்ளலாம்" என்று சதுரங்க ஆட்டத்திற்கும் வாழ்க்கைக்குமான தீர்வை கடாண்டே சொல்லும்போதெல்லாம் ஃபியானா தன்னுடைய வாழ்க்கையில் அதைப் பொருத்துகிறாள்.

கடாண்டே தன்னுடைய மாணவர்களையும் ஃபியானாவையும் தேற்றுவதற்கு ஒரு யுத்தி வைத்திருக்கிறார். யார் எந்தக் கவலையில்

இருந்தாலும் இனி ஒன்றும் செய்வதற்கில்லை என்று உட்கார்ந்தாலும் அவர் தனது கதையினைச் சொல்கிறார். அவர் அநாதையாக்கப்பட்ட கதை அது. அதைக் கேட்கிற எவருக்கும் இதைவிட நம்முடைய பிரச்சனை ஒன்றுமில்லை என்கிற எண்ணம் வந்துவிடும். ஒவ்வொரு முறையும் கதையை இப்படி முடிப்பார், "நானே இன்று நன்றாக வாழ்கிறேன். உங்களால் முடியாதா. வாழ்க்கை எப்போதுமே வாய்ப்புகளைத் திறந்தே வைத்திருக்கும்."

ஃபியானா ரஷியாவில் நடைபெறும் சர்வதேசப் போட்டியில் தோற்று ரஷ்யத் தெருவில் அழுதபடி ஓடுவாள். பின்னாலேயே வரும் கடாண்டே அவளைத் தேற்றுவார். "நீங்க என்னை செஸ் விளையாட்டுக்கு அறிமுகம் செய்திருக்கக் கூடாது கோச். நான் தெருவுல மக்காச்சோளம் விக்கத்தான் லாயக்கு" என்று அழுவாள். அந்த இடத்தில்தான் அவளை எப்படித் தேற்றுவது என்று தெரியாமல் திகைத்து நிற்பார் கடாண்டே.

குறிப்பிட்டுச் சொல்ல வேண்டியது ஃபியானாவின் அம்மா கதாபாத்திரம். தன்னுடைய மகளிடம், "நீ காணும் கனவு நமக்கு எட்டாதது. நீ கனவே காணாதே மகளே. அது நடக்காமல் போனால் நீ ஏமாற்றமடைவாய்" என்று சொல்லிக்கொண்டே இருப்பாள். அதே நேரம் மகளிடம் ஏதோ ஒரு திறமை இருக்கத்தான் செய்கிறது என்று தெரிந்தபின் தன் அம்மா தனக்கு அளித்த ஒரே நல்ல உடையைக் கடையில் விற்று மகளுக்காகப் பணம் எடுத்து வருவாள்.

ஒருபக்கம் உறுதியானவளாகவும் மறுபுறம் அப்பாவியாகவும் இருக்கும் அம்மா. திரையில் நமக்குக் காட்டுகிற அம்மா கதாபாத்திரங்களில் ஃபியானாவின் அம்மா தனித்துத் தெரிபவள். ஒரு காட்சியில் கடாண்டே ஃபியானாவின் அம்மாவிடம், "நம் குழந்தைகள் ஒருநாள் உலகைத் திரும்பிப் பார்க்க வைப்பார்கள்" என்பார். அவர் சொன்னதன் அர்த்தம் தான் பயிற்சியளிக்கும் குழந்தைகள் என்பதாக இருக்கும். அதற்குச் சற்றுக் கோபத்துடன் "அவர்கள் ஒன்றும் நம் குழந்தைகள் அல்ல. அவர்கள் எனக்குத்தான் குழந்தைகள். என் உடலில் நான் சுமந்த குழந்தைகள்" என்பாள். கடாண்டேவுக்குச் சிரிப்பும் திகைப்புமாக இருக்கும்.

அவர் ஃபியானாவிடம் சொல்வார், "உன்னுடைய அம்மாவின் அதே போராட்டக் குணம் உன்னிடமும் இருக்கிறது."

வீடிழந்து, மழை வெள்ளத்தில் போகும் இடமற்று, ஒருவேளை உணவுக்குக் கூட வழியில்லாமல் பட்டினி கிடந்தது என ஒவ்வொரு

கட்டத்தினையும் ஃபியானா எதிர்கொள்வாள். "ஏதாவதொரு வழி இருக்கும் என்று சதுரங்கத்தில் சொல்லிக் கொடுத்தீர்களே, இன்று நான் நிர்க்கதியாக இருக்கிறேனே, எனக்கான பாதுகாப்பான கட்டம் எது கோச்?" என்று ஃபியானா கேட்கும்போது கடாண்டே கண்கலங்கியபடி சொல்வார், "உனக்கான இடத்தை நீ உருவாக்கப்போகிறாய்."

ஃபியானா உருவாக்குகிறாள். முதன்முதலில் விமானத்தில் பறக்கும்போது ஜன்னல் வழியாக மேகத்தைப் பார்த்து அவள் கேட்பது, "கோச், இதுதான் சொர்க்கமா?"

"இல்லை, அது இன்னும் மேலே இருக்கிறது"

அந்த இடத்துக்குத் தன் வாழ்நாளில் போக வேண்டுமென ஃபியானா விரும்புகிறாள். அது வானத்தின் மேல் இருப்பதல்ல, பூமியில் அவள் வாழ்ந்த உகாண்டாவில் வீடிழந்து குழந்தைகளுடன் நடுரோட்டில் அலைந்த அவளுடைய அம்மாவுக்கான ஒரு வீடாக இருக்கிறது. அந்தச் சொர்க்கத்தை ஃபியானா உருவாக்குகிறாள்.

படத்தின் முடிவில் ஃபியானா, கோச் கடாண்டே, அம்மா, சகோதரர்கள் எல்லோருமே திரையில் தங்களுடைய கதாபாத்திரங்களை ஏற்று நடித்தவர்களுடன் வருகிறார்கள். மிகவும் பெருமையாகவும் பிரமிப்பாகவும் இருக்கிறது அவர்களைப் பார்ப்பதற்கு. அவர்கள் அனைவரின் முகத்திலும் புன்னகையும் நம்பிக்கையும் தெரிகிறது. அது ஃபியானா போல ஒருவர் தனது அடையாளத்தைப் புரிந்துகொண்டு அதனை நிமிர்வோடு உலகத்துக்குச் சொன்னதன் விளைவு.

"எப்படி ஜெயித்தீர்கள் ஃபியானா?"

"நான் காத்வேயில் இருந்து வந்திருக்கிறேன். தினமும் போராட்டம்தான், சதுரங்கப் பலகையின் போராட்டத்தைப் போல. ஜெயிக்கத்தானே வேணும் போராட்டத்தில்"

இதுதான் பதக்கத்தை வென்றதும் ஃபியானா சொன்னது.

பிதாமகர்

சில திரைப்படங்களைப் பார்க்கையில், திரைப் படக் கலை மீது பெரும் மரியாதையும் மதிப்பும் பெருகிடும். அந்தப் படங்கள் சொல்ல வேண்டியதைச் சொல்லிவிட்டு அமைதியான பின்பும் நம் மனதின் கொந்தளிப்பு அடங்க வெகுநாளாகும். 2004ஆம் வருடம் செனகல் நாட்டுத் திரைப்படம் ஒன்று வெளிநாட்டுத் திரைப்பட விழாக்களில் திரையிடப்பட்டது. படத்தின் இயக்குநரைப் பற்றி அறிந்தவர்கள் அதைப் பார்க்கும் ஆர்வத்தோடு இருந்தார்கள். அறியாதவர்கள் செனகல் திரைப்படம் என்று சாதாரணமாகப் பார்க்கத் தொடங்கினார்கள். படம் முடிந்ததும் தங்களின் கால்களை யாரோ களவாடிப் போனதுபோல இருக்கைகளில் அப்படியே அமர்ந்திருந்தனர். ஒவ்வொரு முறையும் இந்தப் படம் எங்கெல்லாம் திரையிடப்பட்டதோ அங்கெல்லாம் மக்கள் அசைவற்றே இருந்தனர். இந்தப் படத்துக்குக் கான் விழாவில் சிறந்த திரைப்படத்துக்கான விருது கிடைத்தது. படத்தின் பெயர் 'மூலாடி'. படத்தின் இயக்குநர் உஸ்மன் சாம்பேன்.

இயக்குநருக்கு இது கடைசித் திரைப்படம். இந்தப் படம் வெளிவந்த பின் 2007ஆம் ஆண்டு அவர் உடல்நலக்குறைவினால் இறந்துபோனார். உஸ்மன் சாம்பேன் திரைப்படம் இயக்குவதற்கு முன்பு எண்ணற்ற வேலைகளைச் செய்திருக்கிறார். கூலி வேலை தொடங்கி அலுவலகப் பணியாள்வரை கிடைக்கும் வேலைகளைச் செய்துவந்தார். அதற்கு முன்பாக அவருடைய கிராமத்தில் பூசாரியாகவும் இருந்திருக்கிறார். இவருடைய குடும்பம் வழிவழியாகச் சாமியாடிகளாக இருந்திருக்கின்றனர். அதிலிருந்து விடுபட வேண்டும் என்று எப்போதுமே நினைத்திருந்தார் உஸ்மன் சாம்பேன்.

பூசாரியாவதற்கு முன்பு மீனவரான தனது அப்பாவுடன் கடலுக்குள் சென்று அவ்வப்போது மீன் பிடிக்கவும் செய்திருக்கிறார். வாழ்க்கையின் ஒரு வட்டத்தினைப் பூர்த்தி செய்த அவர் தன்னுடைய அனுபவங்களையும் மண்ணின் கதைகளையும் இலக்கியப் படைப்பாக எழுதினார். நாவல்களும் சிறுகதைகளும் எழுதிக்கொண்டிருக்கும்போதே, தனது மக்களின் கதைகள் இன்னும் பலரைச் சென்றடைய வேண்டும் என்று முடிவெடுத்துத் திரைப்படங்கள் இயக்கத் தொடங்குகிறார். ஒருவருடக் காலம் மட்டும் உதவியாளராகப் பணி செய்திருக்கிறார். இவர் இயக்கிய ஆரம்பகால குறும்படங்கள் இணையத்தில் கிடைக்கின்றன. 1963ஆம் வருடம் 'Borom Sarret' எனும் தனது முதல் படைப்பில் குதிரைவண்டி ஓட்டுநரின் ஒருநாள் வாழ்க்கையை ஆவணப்படமாக எடுத்தார். இப்படித்தான் திரைப்படம் எடுக்க வேண்டும் என்கிற தொழிற்நுட்பம், ஒளிப்பதிவு கோணங்கள் எல்லாவற்றையும் முழுமையாகக் கற்றுக்கொள்வதற்கு முன்பு தனக்குத் தோன்றியதை எடுத்துக்கொள்வார். ஆனால், ஒரு தேர்ந்த படைப்பாளியின் நுணுக்கம் அதில் தெரியும். சொல்ல வேண்டியதைப் பார்வையாளர்களுக்குக் கடத்துவதுதான் கலை என்றால், இந்தப் படம் அதைச் சிறப்பாகவே செய்திருக்கிறது.

கால்களற்ற ஒருவர் குதிரை வண்டிக்காரரிடம் தருமம் கேட்கவரும் காட்சியின் கோணத்தை உதாரணமாகச் சொல்லலாம். இயல்பாகவே உஸ்மன் சாம்பேனுக்குக் காட்சியின் வழி கதை சொல்லும் முறை கூடி வந்திருந்தது.

இவர் இயக்கிய 'மூலாடி', செனகலின் பாம்பாரா கிராமத்தைக் கதைக்களமாகக் கொண்ட கதை. ஆப்பிரிக்காவின் செழிப்பானதொரு கிராமமான அது, ஆப்பிரிக்க நகரத்தின் எந்த முன்னேற்றத்தையும்

நாகரிகத்தையும் கைக்கொள்ளாத கிராமமாகும். இக்கிராமத்தில் ஆண்களுக்கும் பெண்களுக்கும், மூடநம்பிக்கைக்கும் நம்பிக்கைக்கும், இறப்புக்கும் பிறப்புக்கும் இடையில் நடக்கிறவற்றைக் காட்டியிருக்கிறார்.

ஆப்பிரிக்காவின் மூடநம்பிக்கைகளில் ஒன்று பெண்ணுறுப்பைச் சிதைக்கும் சடங்கு. பதினைந்து வயதுக்குள்ளாகவே சிறுமிகளைத் திருமணம் செய்து வைக்கும் வழக்கம் உள்ள இடத்தில் அதைவிடக் கொடுமையானதாக ஒரு சடங்கு பின்பற்றப்படுகிறது. இன்றைய கால கட்டத்தில் கூட முற்றிலும் ஒழிக்கப்படாத, அங்கங்கு நடந்து கொண்டிருக்கும் சடங்கு. எட்டு வயதிலிருந்து, பதினைந்து வயதுக்குள் உள்ள சிறுமிகளின் பிறப்புறுப்பினைத் தைக்கும் சடங்கு அது. கேட்கவே கொடூரமானதாக இருக்கும் இந்தச் சடங்கை, பெண்களைத் தூய்மைப்படுத்துவதாக எண்ணிக் காலங்காலமாகச் செய்து வந்திருக்கின்றனர். மயக்க மருந்து எதுவுமின்றி அசுத்தமான கத்தி, துருப்பிடித்த இரும்புத் தகடு போன்றவற்றைக் கொண்டு எவ்வித முன்னெச்சரிக்கையும் இல்லாமல் செய்யப்படும் இந்தச் சடங்கினால் வலியிலும் அதன் பின் உடலில் ஏற்பட்ட தொற்றுகளிலும் சிறுமிகள் இறந்துபோவது சகஜமானதாக இருந்தது.

இந்தப் படம், இச்சடங்கினை எதிர்த்துக் கிராமத்தில் உள்ள பெண்கள் போராடுவதைச் சொல்கிறது. கிராமத்தின் ஆண்கள் கிராமத்தையும் பெண்களையும் தங்களது கட்டுப்பாட்டில் வைத்திருக்கின்றனர். வெளியுலகிலிருந்து வருகிற எந்த முன்னேற்றத்தையும் வெறுக்கிறவர்களாக இருக்கிறார்கள். இங்குள்ள பெண்களின் ஒரே பொழுதுபோக்கு வானொலி கேட்பதாக இருக்கிறது. வானொலியின் இசைக்கும் செய்திக்கும் நேயர்களாக இருக்கிறார்கள். இதன்மூலம் வெளியுலகில் ஏற்படும் மாற்றங்களைத் தெரிந்து கொள்கிறார்கள். இது அங்குள்ள ஆண்களுக்குப் பிடிக்கவேயில்லை.

அந்த ஊரில் கோலி என்கிற பெண் இருக்கிறார். கோலி தனது கணவனின் மூன்று மனைவிகளில் இரண்டாமவர். அவருடைய மகளுக்கும் அந்த ஊரில் வசிக்கும் இப்ராகிமுக்கும் திருமணம் நிச்சயமாகிறது. இப்ராகிம், பிரான்ஸில் வேலை பார்க்கிறார். கோலியின் மகளுக்குப் பெண்ணுறுப்புச் சிதைக்கும் சடங்கு அதுவரை நடந்திருக்கவில்லை. அது நடக்காமல் அங்கு பெண்களுக்குத் திருமணம் நடப்பதுமில்லை. கோலி தனது மகளுக்கு அந்தச் சடங்கு செய்யக்கூடாது என்பதில் உறுதியாக இருக்கிறார். அவர் மகளுக்கோ,

அந்தச் சடங்கு செய்யப்படவில்லை என்றால் தனக்குத் திருமணம் நடக்காமல் போய்விடுமோ என்கிற பயம் வருகிறது. தன் அம்மாவிடம் போய்த் தனக்கு அந்தச் சடங்கினைச் செய்துவிடும்படி கேட்கிறார்.

அந்தச் சடங்கு செய்ய வேண்டாம் என்பதற்குச் சில காரணங்களை கோலி சொல்கிறார். "அதீத வலியும் அதனால் ஏற்படும் உபாதைகளையும் இனி எந்தப் பெண் குழந்தையும் இந்தக் கிராமத்தில் எதிர்கொள்ளக்கூடாது. ஏற்கெனவே எனக்கு இருமுறை கருக்கலைந்து அதன்பிறகே நீ பிறந்தாய். இரண்டு கருவுமே கர்ப்பப்பையில் ஏற்பட்ட நோய்த்தொற்றுக் காரணமாகவே கலைந்தது. அந்த இரண்டு முறையும் கருச்சிதைவினால் என் மனமும் உடலும் பட்ட பாட்டினை விவரிக்கவே முடியாது" என்கிறார். மூன்றாவதாக கோலி சொல்கிற காரணம், கலவியின்போது ஏற்படுகிற வலி. சொல்லப்போனால் பெண்கள் கலவியின்போது மகிழ்ச்சியடைந்து விடக்கூடாது என்பதற்காவே உருவாக்கப்பட்ட சடங்கு என்றே ஆய்வாளர்கள் இதனைச் சொல்கிறார்கள். இதனையே கோலியும் தனது மகளுக்குப் புரியவைக்கிறாள். மகளுக்குக் குழப்பம் ஏற்படுகிறது.

அந்தக் கிராமத்தில் மேலும் நான்கு சிறுமிகளுக்கு இந்தச் சடங்கு செய்விப்பதற்காக அதற்கென உள்ள மூத்த வயதுப் பெண்கள் வருகிறார்கள். இவர்களைப் பார்க்கும்போது நமக்கே அச்சம் ஏற்பட்டுவிடுகிறது. கூட்டமாக வரும் அவர்களில் தலைவிபோல உள்ளவர் சிவப்பு நிற ஆடையையும் அதைவிட அடர்வாய் முகத்தில் கடுமையையும் கொண்டிருப்பவர். அந்த நான்கு சிறுமிகளும் பயந்து போய் கோலியிடம் தஞ்சமடைகின்றனர். கோலி அவர்களைத் தனது பாதுகாப்பில் வைத்துக்கொள்கிறாள். இது கிராமத்தில் உள்ள ஆண்களால் தாங்கிக்கொள்ளவே முடியவில்லை. சில பெண்கள் மட்டும் கோலிக்கு ஆதரவாக இருக்கின்றனர். மற்றப் பெண்கள் கோலிக்கு எதிராகக் 'கடவுளுக்கு எதிரானவள்' எனச் சபிக்கின்றனர்.

இதற்கிடையில் இப்ராகிம் வருகிறான். பிரான்ஸில் இருந்துவருவதாலும் மூடநம்பிக்கைகள் மீது எரிச்சல் கொண்டவனாகவும் இருக்கிறான். கோலியின் மகளுக்கு இதுபோன்ற சடங்குகள் செய்யக்கூடாது என்பதில் அவனும் உறுதியாக இருக்கிறான். இதனால் அவனையும் ஊரின் ஆண் மக்கள் எதிர்க்கின்றனர். அவன் வருகையில் அந்த ஊரில் இரு சிறுமிகள் இந்தச் சடங்கு செய்யும்போது வலியினால் கிணற்றில் குதித்துத் தற்கொலை செய்துவிடுகின்றனர். இது இப்ராகிமுக்குப் பெரும் பாதிப்பினை ஏற்படுத்துகிறது. அப்படியும் கூட கிராமத்தினர் இது

ஏதோ தீய சக்தியினால் ஏற்பட்ட மரணங்கள் என்று அடுத்தடுத்து சிறுமிகளுக்குச் சடங்கினைச் செய்ய ஏற்பாடு செய்கின்றனர்.

கோலியிடம் தஞ்சமடைந்திருந்த ஒரு சிறுமியை அவளுடைய அம்மா இழுத்துக்கொண்டுபோய் அந்தச் சடங்கினைச் செய்துவிட, வலியில் கதறிக் கொண்டே அந்தக் குழந்தை இறந்துவிடுகிறாள். இது கோலிக்குப் பெரும் கோபத்தினையும் வேதனையையும் ஏற்படுத்துகிறது. அப்போது அவள் உணர்ச்சிகரமாகப் பேசுகிறாள். இப்போது கோலியின் பக்கம் ஊரில் உள்ள பெண்கள் ஒன்றுசேருகின்றனர். ஒவ்வொருவரும் தங்களுக்கு எப்படியெல்லாம் வலித்தது என்றும் அதனால் ஏற்பட்ட பக்கவிளைவுகளையும் சொல்கின்றனர். கிராமத்தில் உள்ள ஒட்டுமொத்தப் பெண்களும் ஓரணியில் நிற்கின்றனர். அந்தக் கிராமத்து ஆண்கள் அப்போதும் சொல்வது, “திடீரென இந்தப் பெண்கள் ஒன்று சேருகிறார்கள் என்றால், அதற்குக் காரணம் இந்த ரேடியோக்கள்தான். அதை முதலில் கொளுத்த வேண்டும்” என்று வீட்டில் உள்ள வானொலிகளை ஓரிடத்தில் குவித்து நெருப்பு வைக்கின்றனர், அதையே கூட ஒரு சடங்குபோல செய்கின்றனர். ஆனாலும் சில பெண்கள் தங்களுடைய வானொலிகளை விதவிதமான இடங்களில் ஒளித்து வைக்கின்றனர். அந்த வானொலிகள் பற்றி எரிவதோடு படமும் முடிகிறது.

கடைசிவரை அந்த ஆண்கள், பெண்களின் வலிகளைப் புரிந்துகொள்ளவே இல்லை. கோலி சொல்வதுபோல “ஒரேயொருமுறை ஆண்களுக்கு இப்படிச் செய்தால் அந்த நிமிடமே அவர்கள் இந்தச் சடங்கினை நிறுத்திவிடுவார்கள்” என்பாள். கோலியை ஊரின் நடுவே நிறுத்திச் சாட்டையினால் அவளது கணவனைக் கொண்டு அடிக்க வைப்பார்கள். ‘மன்னிப்புக் கேளு, மன்னிப்புக் கேளு’ என்பார்கள் ஊரிலுள்ள ஆண்கள் எல்லோரும். பெண்கள் எல்லோரும் “கேட்காத... கேட்காத... கோலி” என்பார்கள். கடைசிவரை வீம்புடன் நிற்பாள் கோலி. அவள் சொல்வது, “என் பிள்ளைகளுக்கு ஏற்படக்கூடிய வலியைக் காட்டிலும் இந்த வலி ஒன்றுமேயில்லை.”

இந்தப் படத்தின் கதையையும் காட்சியையும் கேட்கும்போது ஓர் அதிர்வு ஏற்படும். இந்த அதிர்வினை இயக்குநர் உஸ்மன் சாம்பேன் குறையாமல் தந்திருக்கிறார். அதே நேரம் அதிர்ச்சி தரக்கூடிய எதுவொன்றையும் காட்டிவிடக்கூடாது என்பதிலும் அவர் அக்கறையாக இருந்திருக்கிறார். வலியையும் வேதனையையும் அவர் கதாபாத்திரங்களின் சொற்களிலும் கண்ணீரிலும் கடத்திவிடுகிறார்.

இந்தப் படம் வெளிவந்தபோது பெருமளவில் பாதிப்பினை ஏற்படுத்தியது. ஒரு திரைப்படம் சர்வதேச அரங்கில் மீண்டும் மீண்டும் பேசப்பட்டு, அந்தச் சடங்குக்கே முற்றுப்புள்ளி வைக்கும் அளவுக்குப் போனது. படித்தவர்கள், படிக்காதவர்கள், கிராமத்தினர், நகரத்தினர் என அனைவரிடமும் இது மூடநம்பிக்கை என்று எத்தனைபேர் சொன்னாலும் சத்தமில்லாமல் இந்தச் சடங்கு நடந்துகொண்டிருந்த வேளையில் உஸ்மன் சாம்பேன், இதனைத் திரைப்படம் மூலமாக உலக அரங்கிற்கு எடுத்துச் சென்றார். இதனாலேயே 'கடவுளுக்கு எதிரானவர்' என்று முத்திரை குத்தப்பட்டார். இந்த முத்திரையை அவர் தனது இலக்கியப் படைப்புகளை எழுதும் காலத்திலிருந்தே எதிர்கொண்டுவருகிறார். ஒவ்வொரு படத்திலும் புத்தகத்திலும் அவர் ஆப்பிரிக்காவின் மூடநம்பிக்கைகளையே கேள்வி கேட்கிறார்.

உள்ளூர்க் கோயிலின் பூசாரியாக இருந்ததால் மக்களின் நம்பிக்கைக்கும் மூடநம்பிக்கைக்குமான வித்தியாசத்தைப் புரிந்துகொள்ள முடிந்தது. தனது மரபின் வேர் என்பது இந்த மண்ணிலிருந்து கிளர்த்துவது என்று புரிந்துகொள்ளும் அவர், ஆதிகாலத்தின் பைத்தியக்காரத்தனங்களைத் தொடர்ந்து ஒரு நோய் போலக் கட்டியிழுத்து வருவதை எதிர்க்கவும் செய்கிறார்.

ஆப்பிரிக்க சினிமாவின் தந்தை என இன்றளவும் கொண்டாடப் படுகிறார் உஸ்மன் சாம்பேன். முழு நீள செனகல் நாட்டுத் திரைப்படத்தை முதன்முதலாக இயக்கியவர் இவரே. ஆப்பிரிக்க இசையை அவர் தனது படங்களில் பயன்படுத்துகிற விதம் நிச்சயம் குறிப்பிடப்பட வேண்டியது.

இவரது '*Tribal Scars*' என்ற கதை உலகப் புகழ் பெற்றது. ஏன் ஆப்பிரிக்கப் பழங்குடியினர் உடலில் ரணங்களை ஏற்படுத்திக் கொள்கின்றனர், ஏன் அவர்களின் உடல்களில் வடுக்கள் ஏற்படுகின்றன என்பதற்கான ஒரு கதை. வாசிக்கும் எவருக்கும் கண்ணீர் வர வைக்கிற கதை. ஒரு அப்பா, தனது மகளும் அவள் சந்ததியும் அடிமைகளாக மாறக்கூடாது என்பதற்காக எடுத்த ஒரு முடிவின் கதை. ஆப்பிரிக்கப் பழங்குடியினரை ஐரோப்பியர்கள் தொடர்ச்சியாக அடிமைகளாக விற்றுக்கொண்டிருந்த காலகட்டத்தில் ஒரு தந்தை தனது மனைவியைக் கொலை செய்துவிட்டு மகளுடன் தப்பிக்கிறார். மனைவி அடிமையாகக்கூடாது என்று இப்படியொரு முடிவை எடுத்த அவரால், தன் மகளிடம் அதே முடிவைக் காண்பிக்க முடியவில்லை. பல்வேறு

சிரமங்களுக்குப் பிறகு, அவர் தனது மகளுடன் ஒரு காட்டுக்குள் தஞ்சமாகிறார். அங்கும் ஐரோப்பியர்கள் தேடி வருகின்றனர். மகளிடம் சொல்கிறார், "இதுவரை நாம் பெற்ற துன்பத்தினைவிட இப்போது நீ பெறப்போகிற துன்பமும் அதை நானே உனக்கு இழைக்கப்போவதும் நம்முடைய வருங்காலச் சந்ததியினரை அடிமைத்தளையிலிருந்து காப்பற்றும்." அந்தக் காட்டில் தனது மகளைத் தன் கால்களுக்கு இடையில் அவள் ஓடாதவாறு பிடித்துக்கொண்டு முட்களால் உடலைக் கிழிக்கிறார். உடல் முழுவதும் ரணமாகி அவள் மயங்கி விழுகிறாள்.

ஐரோப்பியர்கள் அவரைப் பிடித்துக்கொண்டு செல்கின்றனர். மகளின் உடலில் இருக்கும் ரணங்களைப் பார்த்து இவள் தோல் நமது பூட்சுகளுக்குக் கூடப் பயன்படாது என்று சென்றுவிடுகின்றனர். காட்டில் இருந்து தப்பித்துக் கிராமத்துக்கு வரும் மகளைப் பார்க்கும் மற்றவர்கள் அவள் தப்பித்ததற்கான காரணம் தெரிந்து அவர்களும் தங்களைக் காயப்படுத்திக்கொள்கின்றனர். இதன் நினைவாகத்தான் இன்றளவும் பழங்குடியினர் தங்களை வருத்திக் கொள்கின்றனர் என்று கதை முடியும். மகளுக்காகத் தந்தை படுகிற பாடுகளையும், ஒரு பழங்குடி இனமே தங்களைக் காத்துக்கொள்வதற்காகச் செய்துகொள்ளும் சுயவதையும் அதைச் சொன்ன விதமும் நெகிழச் செய்யக் கூடியது.

இவரின் ஒவ்வொரு படத்திலும் மண்ணின் கதைகளை அப்படியே காட்டிவிடுகிறார். இவருடைய பாதிப்பில்லாத ஒரு ஆப்பிரிக்க இயக்குநரைக் கூட காண முடியாது. தனது மக்களின் அறியாமையை அக்கறையோடு எடுத்துச் சொல்லும் அதே நேரத்தில், அவர்களின் மரபான வாழ்க்கை முறையைப் பெருமிதத்துடன் எடுத்துச் சொல்லவும் அவர் தவறுவதில்லை.

"உங்களால் ஒரு வாழ்க்கையை விலைக்கு வாங்கவே முடியாது; உங்களால் ஒரு வாழ்க்கைக்குள் புகுந்து அதில் மாற்றத்தை ஏற்படுத்தி விட முடியாது. நான் செய்வதெல்லாம் என்னை வழிநடத்திய வாழ்க்கை முறையினைக் காட்டுகிறேன், கேள்வி கேட்கிறேன், பகிர்ந்துகொள்கிறேன். எழுதும்போதும் திரைப்படமாக இயக்கும்போதும் இதையேதான் திரும்பத் திரும்பச் செய்கிறேன். எனது மக்களும் மண்ணும் இல்லையெனில் நான் இல்லை. அவர்களுக்காக நான் திருப்பிச் செய்யத் தகுந்தவைதான் எனது படைப்புகள்" என்கிறார் உஸ்மன் சாம்பேன்.

அவர் சொல்வதை இப்படிப் புரிந்துகொள்ளலாம், ஒரு வாழ்க்கையை விலைக்கு வாங்க முடியாது, மாற்றம் ஏற்படுத்த முடியாது என்று கூறும் அவரின் படங்களும் இலக்கியங்களும் படைப்புகளாக வாங்கப்பட்டு, நல்லதொரு மாற்றத்தினை நோக்கிச் சென்றுமிருக்கிறது.

ஆப்பிரிக்க இயக்குநர்களுக்கு இடையில் நிலவும் ஒற்றுமை குறித்து எப்போதும் எல்லோரும் ஆச்சரியம் கொள்வர். அதனை முதலில் தொடங்கி வைத்தவரும் இவரே. இதனால்தான் உஸ்மன் சாம்பேனை ஆப்பிரிக்க சினிமாவின் பிதாமகர் என்கிறார்கள். இது அவருக்கு மிகவும் பொறுத்தமான அங்கீகாரமும் கூட.

வெள்ளை மாளிகையும் சிறைக்கூடங்களும்

அமெரிக்காவின் வரலாறு தெரிந்தவர்களுக்கு அந்தத் தேசம் வியப்பளிப்பதில்லை. ஆப்பிரிக்காவிலிருந்து மனிதர்களை அடிமைகளாகத் தங்கள் நிலத்தில் இறக்கிக்கொண்டவர்களால் இன்றும் சமமான நோக்கில் தங்களது குடிமகன்களை நடத்த முடியவில்லை. முன்பு கறுப்பினத்தவருக்கு அடிமைகள் என்று பெயர், இப்போது குற்றவாளிகள் என்று பட்டம். இந்தக் குற்றவாளி பட்டத்தினைக் கறுப்பினத்தவருக்கு ஏற்படுத்தித் தர ஒவ்வோர் அமெரிக்க ஜனாதிபதியும் எந்த அளவுக்கு அக்கறையாக இருந்திருக்கின்றனர் என்பதை ஏவ டூவர்னே ஓர் ஆவணப்படமாக இயக்கியிருக்கிறார்.

இந்த ஆவணப்படம் எதையும் மிகைப்படுத்திச் சொல்லவில்லை என்பதைப் பார்த்த அனைவராலும் சொல்லிவிட முடியும். இதில் நேர்காணல் செய்யப்பட்டவர்கள் அமெரிக்க அரசியலையும், பொருளாதாரத்தையும், சட்டத்தையும், குற்றங்களையும் நெடுங்காலமாக ஆராய்ந்து வருபவர்கள். வரலாற்றின் அழிக்க முடியாத காட்சிகள் ஆவணப்படத்துக்கு இன்னும் வலு சேர்க்கின்றன.

இந்த ஆவணப்படத்தின் பெயர் '13th'. நெட்ஃப்ளிக்ஸில் காணக் கிடைக்கிறது. 13 என்கிற எண் அமெரிக்காவின் பதிமூன்றாவது சட்ட உரிமை எண்ணைக் குறிக்கிறது. அமெரிக்காவில் உள்நாட்டுப் போர் நடந்து முடிந்த பிறகு இந்தச் சட்டத் திருத்தத்தை ஆபிரகாம் லிங்கன் கொண்டு வந்தார். அமெரிக்காவில் எந்த வடிவிலும், நிலையிலும் அடிமைத்தனத்தை ஒழிப்பதை மையமாகக் கொண்டிருந்தது. இது முறையான சட்டமாக இருந்தாலும் இதில் சேர்க்கப்பட்ட ஒரு வார்த்தைதான் இப்போது வரை பெரும் வரலாற்றுப் பிழைகளை உருவாக்கிவருகிறது. இந்தச் சட்டம் குற்றம் செய்தவர்களுக்குப் பொருந்தாது என்கிறது.

சட்ட உரிமை மூலமாகத் தேர்தலில் வாக்களிக்கும் உரிமையும், இந்தப் பதிமூன்றாவது சட்டத் திருத்தத்தின்படி அடிமை முறை ஒழிக்கப்பட்ட பின்பும் கறுப்பினத்தவர்களுக்கான உரிமைகளும் வாழ்வாதாரமும் நிலைபெற்றிருக்க வேண்டுமல்லவா? ஆனால், இன்றுவரை அப்படி இல்லை என்கிறது இந்த ஆவணப்படம். ஒவ்வோர் அமெரிக்க ஜனாதிபதியும் எப்படிக் கறுப்பினத்தவர்களை அச்சம் கொள்ளச் செய்கின்றனர், அவர்களின் உழைப்பைச் சுரண்டுகின்றனர், அவர்களைத் தொடர்ந்து குற்றவாளிகளாகக் காட்டி இன்னும் அடிமைகளாக நடத்துகிறார்கள் என்பதைச் சொல்கிறது.

அமெரிக்காவைப் பொறுத்தவரை உலகில் உள்ள அத்தனை இனத்தவர்களும் அங்கே வசிக்கின்றனர். இவர்களின் எண்ணிக்கை மட்டும் ஐந்து சதவீதம். வந்தாரை வாழ வைக்கும் தேசம் என்கிற பெருமையை அவர்கள் பெற்றுக்கொண்டாலும் வெளித்தெரியாத ஓர் அவலத்தைச் சொந்தக் குடிமகன்களுக்குச் செய்துவருகின்றனர். அமெரிக்கச் சிறைகளில் உள்ள கைதிகள், அமெரிக்க மக்கள்தொகைக் கணக்குப்படி இருபத்தைந்து சதவீதம். அதாவது உலகக் குடிமக்களின் எண்ணிக்கையை வைத்துப் பார்த்தோமானால் நான்கில் ஒருவர் அமெரிக்கச் சிறையில் உள்ளார்கள். உலகிலேயே அதிக சிறைக் கைதிகள் உள்ள தேசம் அமெரிக்காதான். இவர்களில் பெரும்பாலானவர்கள் ஆப்பிரிக்க - அமெரிக்க இனத்தவர்கள். நான்கில் ஒருவர் ஆப்பிரிக்க அமெரிக்கராகவும், பதினேழு பேருக்கு ஒருவர் வெள்ளை இன அமெரிக்கராகவும் இருக்கிறார்கள். ஏன் இப்படி நடக்கிறது என்பதைத்தான் இந்த ஆவணப்படம் விரிவாகக் காட்டுகிறது.

லிங்கன் பதிமூன்றாவது சட்டத் திருத்தத்தைக் கொண்டுவந்த பிறகு பெரும்பாலான வெள்ளையினத்தவர்கள் கடும் எரிச்சலைக்

கொண்டிருந்தனர். கறுப்பினத்தவர்களை ஒழித்துக்கட்ட வேண்டும் என்பதை வலியுறுத்தி ரகசியக் குழுக்கள் செயல்பட ஆரம்பித்தன.

இருபதாம் நூற்றாண்டின் தொடக்கத்தில் வெளிவந்த அமெரிக்கத் திரைப்படங்கள் கறுப்பினத்தவர்களை எத்தனை தூரம் மலிவானவர்களாகக் காட்டின என்பதை விளக்குகிறது. நவீன சினிமாவின் முகம் என அறியப்பட்ட டி.டபிள்யூ. க்ரிஃபித் 'The Birth of Nation' படத்தை எடுக்கிறார். இந்தப் படத்தில் ஒரு கறுப்பினத்தவர் வெள்ளை இனப் பெண்களைப் பாலியல் ரீதியாகத் துன்புறுத்திக் கொலை செய்வதாகக் காட்டப்பட்டது. அவரிடம் சிக்கிக் கொள்ளாமல் இருக்க ஒரு பெண் மலையிலிருந்து குதித்து விழுந்து இறந்து போவதாகவும் காட்டப்பட்டது. இதோடு சேர்த்து இனவாத வெறுப்புக் குழுவான KKK என்று அழைக்கப்படுகிற குக்ளக்ஸ் கிளேனைப் புரட்சிகர குழு போல சித்திரித்தது. வெள்ளைத் தூய்மைவாதத்தினைக் கொள்கையாகக் கொண்டு, கறுப்பினத்தவர் மட்டுமல்லாது, கத்தோலிக்கர்கள், இஸ்லாமியர்கள் ஆகியோரையும் அழிக்க நினைக்கும் வலதுசாரித் தன்மையுடன் இயங்கிவரும் குழு இது. இப்போதும்கூட இந்தக் குழு ரகசியமாக இயங்கிவருகிறது. கறுப்பினத்தவர்களை எரித்தும், தூக்கிலிட்டும் கொல்வதைப் புனிதச் செயலாகச் செய்தவர்கள். இதனை 'The Birth of Nation' படம் நாயகத்தனமாகக் காட்டியது. இந்தக் குழு அழிவினை ஏற்படுத்திய பின் மரத்தாலான சிலுவைக்குத் தீயிடுவர். இதனை அவர்கள் தங்களின் அடையாளமாகவே செய்தனர். இப்படத்திலும் இதுபோன்ற காட்சிகள் இடம்பெற்றிருந்தன. நேரடியாகவே இந்தக் குழுவுக்கு ஆதரவளித்த படமாக இருந்தது. ஆதரவு என்பதைவிட அந்தக் குழுவுக்கான விளம்பரப் படம் என்றுதான் சொல்ல வேண்டும். இப்படம் ஏற்படுத்திய பாதிப்பாக ஆவணப்படம் சொல்வது, இந்தப் படத்திற்குப் பின் பல்லாயிரக்கணக்கான வெள்ளையின மக்கள் இந்தக் குழுவில் உறுப்பினராகச் சேரத் தொடங்கினார்கள்.

பொதுவெளிகளில் கறுப்பினத்தவரைத் தாக்குவது தவறில்லை என்று இன வெறுப்பாளர்கள் செயல்படத் தொடங்கினார்கள். கறுப்பின மக்கள் என்பவர்கள் பாலியல் குற்றவாளிகள், திருடர்கள், வன்முறையாளர்கள். அவர்களைப் பார்த்ததும் தாக்கி விரட்டுவது சமூக அமைதிக்கு ஏற்றது என்பதாகப் பிரச்சாரம் முன்னெடுக்கப்பட்டது. இதனைச் சில ஊடகங்களும் சிறப்பாக வழிமொழிந்தன. சாதாரண தவறு செய்யும் கறுப்பினத்தவர்களைப் பெரும் தவறு செய்தவர்களாகச் சித்திரித்தது.

“கறுப்பினத்தவர்கள் வெள்ளையினப் பெண்களைப் பாலியல் வன்புணர்வு செய்ததாகத் தொடர்ந்து பரப்பப்பட்டது. அதே நேரம் வெள்ளையின ஆண்களால் கறுப்பினப் பெண்கள் வன்புணர்வு செய்யப் பட்டுக் கொலை செய்யப்பட்டதை யாரும் பதிவு செய்வதில்லை” என்கின்றனர் ஆவணப்படத்தில் பேசியவர்கள்.

*1920*களில் அமெரிக்காவில் பெரும் பொருளாதார மந்தநிலை உருவானது. இதன் காரணமாக வேலையில்லாத் திண்டாட்டம், அன்றாட உணவுக்கு அரசினை நம்பியிருக்க வேண்டிய சூழலும் உருவானது. அதிலிருந்து மெதுவாக இயல்பு நிலைக்குத் திரும்பிக்கொண்டிருக்கையிலும் மருத்துவத்திற்கும், அடிப்படைத் தேவைக்கும் வறுமைக்கோட்டுக்குக் கீழ் இருந்த மக்கள் அரசையே நம்பியிருக்க வேண்டிய சூழல் ஏற்பட்டிருந்தது.

நிக்சன் அமெரிக்க ஜனாதிபதியாகப் பொறுப்பேற்றவுடன், ‘அமெரிக்கா கடும் பொருளாதாரச் சிக்கலில் உள்ளதால் எல்லாவற்றுக்கும் அரசை நம்பி மக்கள் இருக்க வேண்டாம். தங்களது கையிருப்பைக் கொண்டே சொந்தத் தேவைகளைப் பூர்த்தி செய்துகொள்ள வேண்டும்’ என்று அறிக்கை வெளியிட்டார். இதனால் பெரிதும் பாதிக்கப்பட்டது கறுப்பின மக்களே. அவர்கள் நூற்றாண்டுக் காலமாகக் கல்வி மறுக்கப்பட்டவர்கள். கூலி வேலைகள் தொடங்கி எதற்கும் அவர்களுக்கு வேலைகள் கொடுக்க யாரும் முன்வருவதில்லை. இதற்குக் காரணம் அவர்கள் குறித்து மக்களிடம் பரப்பப்பட்ட வதந்திகளும் குற்றச்சாட்டுகளுமே. அப்படியே வேலை கிடைத்தாலும் சொற்பக் கூலியே தரப்பட்டது.

அமெரிக்க வியட்நாம் போரின்போது வியட்நாமில் இருந்து போதைப் பொருட்கள் சகஜமாக அமெரிக்காவிற்குள் வர ஆரம்பித்தன. நிக்சன் இதனைச் சரியாகப் பிடித்துக்கொண்டார் அல்லது அதற்கான சூழலை உருவாக்கினார் என்றும் சொல்லப்படுகிறது. போதைப் பொருளுக்கு எதிராக அமெரிக்கா செயல்பட வேண்டும் என்று முழக்கமிட்டார். இந்த முழக்கத்தினால் அமெரிக்காவின் பொருளாதார தேக்கநிலையும் மற்ற பிரச்சினைகளும் காணாமல் போயின. பாலியல் வன்புணர்வு, திருட்டு, கொலை போன்ற குற்றங்களோடு சேர்த்து இப்போது கறுப்பினத்தவர்களை நோக்கி ‘போதைப் பொருள் கடத்தும் கும்பல்’ என்கிற பெயரும் சேர்ந்துகொண்டது. இவர்களால் அமெரிக்காவின் எதிர்கால சந்ததியினருக்குப் பெரும் அழிவு ஏற்பட இருப்பதாகச் சொல்லப்பட்டது. கறுப்பினத்தவர்கள் போதைப் பொருள் தொழிலில்

ஈடுபட்டார்கள் என்பது உண்மைதான் என்றபோதிலும், அத்தனை பேரும் இதையே தொழிலாகக் கொண்டவர்கள் என்கிற பிம்பம் உருவாக்கப்பட்டது. சந்தேகத்தின்பேரில் பல இளைஞர்கள் கைது செய்யப்பட்டார்கள். சிறை வேகமாக நிரம்பியது. அவர்களை அதன்பின் பிணைக் கைதியாகக் கூட வெளியே செல்ல அனுமதிக்கவில்லை.

அமெரிக்கச் சிறை சில இலட்சங்களில் இருந்து கோடி கைதிகளால் நிரம்பத் தொடங்கியது இப்படித்தான். அதன்பிறகு ஜனாதிபதியாகப் பொறுப்பேற்ற ரொனால்ட் ரீகன் இன்னும் பலபடிகள் மேலேறினார். போதைப் பொருட்களால்தான் அமெரிக்கச் சமூகம் சீரழிகிறது என்பதைத் தொடர்ப்

பிரச்சாரமாக முன்னெடுத்தார். இதனைப் போதைக்கு எதிரான போர் என்று அறிவித்தார். இந்த முன்னெடுப்புக்குக் காரணம் தனது மனைவிதான் என்றார். திருமதி ரீகன் இந்தப் போதைப் பொருள் தடுப்புக் குறித்துத் தொடர்ந்து வலியுறுத்திப் பேசினார். அமெரிக்காவில் பல்வேறு பிரச்சினைகள் இருக்கிறபோது ஜனாதிபதி ஊதிப் பெரிதாக்கும் அளவுக்குப் போதைப்பொருள் இல்லை என்று புள்ளிவிவரங்கள் சொல்லப்பட்டபோதும் மீண்டும் மீண்டும் அமெரிக்கா போதைப் பொருட்களின் ஆதிக்கத்தில் இருப்பதாக வெள்ளை மாளிகை அறிவுறுத்தியது. வீடுகளில் புகுந்து எந்த நேரமும் யாரையும் கைது செய்ய முடியும் என்கிற நிலைமை உருவானது. அந்தக் கைதுகள் யாவும் கறுப்பின மக்கள் வாழ்கிற பகுதியிலேயே நிகழ்ந்தது.

இதற்கெல்லாம் காரணம் அரசாங்கம் வலுவாக இருந்தது என்பதல்ல, கறுப்பினத்தவர்கள் பலவீனமாக இருந்தார்கள் என்பதுதான். இவர்களை ஒருங்கிணைக்கும் எவருக்கும் கடுமையான உளைச்சல்கள் தரப்பட்டன. அவர்கள் போலீஸால் சுடப்பட்டனர் அல்லது தனிமைச் சிறையில் அடைக்கப்பட்டனர். இது கறுப்பினத்தவரிடம் உளவியல் தாக்குதலை ஏற்படுத்தியது.

அதன்பிறகு பதவியேற்ற ஜார்ஜ் புஷ், பில் கிளிண்டன் இருவருமே கூட கறுப்பின வெறுப்பினைத் தங்களது பிரச்சாரத்தின் மூலம் மறைமுகமாக ஆதரித்தனர்.

சிறைக் கைதிகளின் மனித உழைப்பை வீணாக்கக் கூடாது என்று அடுத்த பிரச்சாரத்தை அரசாங்கம் முன்வைத்தது. வால்மார்ட் போன்ற பெரு நிறுவனங்கள் சிறையில் தங்களது உற்பத்தித் தொழிற்சாலை ஒன்றைத் தொடங்கினார்கள். வெளியில் வேலை செய்பவர்களை விட

குறைந்த அளவு கூலி கொடுத்தால் போதுமானது என்பது இந்தப் பெரு நிறுவனங்களுக்கு இன்னும் வசதியானது.

அரசாங்கம் இதன் மூலமாக டாலர்களைக் குவித்தது. சிறைக் கைதிகள் தங்களது குடும்பத்தினரிடம் பேசுவதற்குச் சிறைக்குள் போன் பூத்துகள் உருவாகின. இதற்கான ஒப்பந்தத்தை அரசாங்கம் தனியார் வசம் ஒப்படைத்தது. கடும் போட்டிக்குப் பிறகு இந்த ஒப்பந்தம் உறுதியானது. ஒரு சிறைக் கைதி பத்து நிமிடங்கள் மட்டுமே தங்கள் குடும்பத்தாருடன் பேச முடியும். இப்படிப் பேச அவர்களது பத்து நாட்கள் கூலியைக் கட்டணமாக எடுத்து வைக்க வேண்டியிருந்தது. இப்படியாக, அடிமை முறையில் கறுப்பினத்தவர்களை எந்த அளவுக்குச் சுரண்டினார்களோ அதற்கு இணையாக மீண்டும் மீண்டும் சுரண்டினார்கள். இந்த முறை குற்றவாளிகள் என்ற பெயரில். இந்த நிறுவனங்களுக்குத் தொடர்ந்து மனித உழைப்புத் தேவைப்பட்டுக்கொண்டே இருந்ததால் கைதிகள்மீதான வழக்குகள் மெதுவாக நடந்துகொண்டிருந்தன. 95 சதவீத கைதிகள் பிணைக்காகவும் சட்ட உதவிக்காகவும் காத்திருக்கின்றனர்.

இப்படியே இருந்தால் சிறையில் இடப் பற்றாக்குறை ஏற்படும் அல்லவா? நாடு முழுவதும் ஒருகோடி கைதிகள் சிறையில் அடைக்கப்பட்டிருந்தனர். ஒரே தேசத்தில் இத்தனை கைதிகளை இதற்கு முன்பு எந்த நாடும் கண்டதில்லை. அதனால் CCC என்கிற நிறுவனத்தோடு அமெரிக்கா ஒப்பந்தம் ஏற்படுத்திக்கொண்டது. இந்த நிறுவனம் நாடு முழுவதும் சிறைச்சாலைகளையும், அகதி முகாம்களையும் கட்டியது. சிறைக் கைதிகளுக்கான உணவுத் தேவைக்காக அராமார்க் என்கிற நிறுவனத்தோடு மற்றோர் ஒப்பந்தம். எதுவுமே தரமாக இல்லை என்பது குறிப்பிடப்பட வேண்டியது. இந்த உணவு நிறுவனம் ஏற்கெனவே தரமற்ற உணவினை உற்பத்தி செய்ததற்காகச் சட்ட விசாரணையை எதிர்கொண்டுவந்தது.

இந்த ஆவணப்படத்தில் பேசிய ஒவ்வொருவரும் ஆழ்ந்த கருத்துகளையும், புள்ளிவிவரங்களையும் முன்வைக்கிறார்கள். இந்த ஆவணப்படம் வெளிவந்து 2016ஆம் ஆண்டு ஆஸ்கருக்குப் பரிந்துரையானது. BAFTA உள்ளிட்ட பல விருதுகளைப் பெற்றது. இந்த ஆவணப்படத்தின் இயக்குநர் ஏவ டுவர்னே இதற்காகப் பெரும் அளவில் ஆய்வு செய்திருக்கிறார்.

ஒவ்வொரு ஜனாதிபதியும் கறுப்பினத்தவர்கள் செய்கிற குற்றங்களை எப்படித் தங்களது அரசியல் இலாபத்துக்காகப் பயன்படுத்திக்கொண்டனர் என்பதை இந்தப் படம் காட்டுகிறது.

இதோடு காவல்துறையினராலும் பொதுமக்களாலும் துன்புறுத்தப்பட்டு இறந்துபோன கறுப்பினத்தவர்களின் கடைசி நேர வீடியோக்களை அந்தந்தக் குடும்பங்களின் அனுமதியோடு வெளியிட்டிருக்கிறார்கள். இந்த மரணங்களைப் பார்க்கிறபோது நமக்கு எழுவது அரசாங்கம் தங்கள் மக்கள் மீது கொண்ட இறக்கமின்மை குறித்த அச்சம்தான். கறுப்பினச் சிறுவன் ஒருவனைக் கொன்றுவிட்டு மிகச் சாதாரணமாக, சந்தேகத்தின் பேரில் கொன்றேன் என்றவருக்கு நீதிமன்றம் விடுதலை அளிக்கிறது. பாதுகாப்புக்காகத் துப்பாக்கி வைத்துக்கொள்ளலாம் என்று சொன்னவுடன் வால்மார்ட் துப்பாக்கிகளையும் தோட்டாவையும் உற்பத்தி செய்து விற்பனைக்கு வைக்கின்றனர். இந்தத் துப்பாக்கிகள் கறுப்பினத்தவரை நோக்கியே ஒவ்வொரு முறையும் நீண்டதையும் ஆவணப்படம் பதிவு செய்கிறது. இவையெல்லாம் இன அழிப்பின்றி வேறென்ன என்கிற கேள்வியை முன்வைக்கிறது ஆவணப்படம்.

1940 தொடங்கி இப்போது வரை கூடிக்கொண்டே போகும் சிறைக் கைதிகளின் எண்ணிக்கை ஏன் குறைக்கப்படவில்லை என்பதை இந்த ஆவணப்படம் போல வேறொன்றும் இத்தனை விளக்கமாக ஆதாரத்தோடு சொன்னதில்லை.

“வரலாறு என்பது மனிதனின் நினைவு. நினைவு இல்லாது போனால் மனிதன் விலங்குக்கும் கீழானவனாவான்” என்றார் மால்கம் எக்ஸ். இந்த ஆவணப்படம், வரலாற்றின் பிழை தொடர்ந்து நிகழ்த்தப்படுவது குறித்துச் சொல்கிறது. நிச்சயம் இந்த ஆவணப்படம் இயக்குநர் ஏவ டூவர்னே முன்வைத்த ஓர் ஆயுதமே.

1970 - 3,57,292
1980 - 5,13,900
1985 - 7,59,100
1990 - 1,179,200
2000 - 2,015,300
2014 - 2,306,200

(வருடங்களும் - கைதிகளின் எண்ணிக்கையும்)

கனவின் செயல்

நெட்ஃப்ளிக்ஸில் ஒரு வெப் சீரீஸ் ஒளிபரப்பாகியுள்ளது. அந்தத் தொடர் தொடர்ந்து ஆறு வாரங்கள் முதலிடத்தைத் தக்க வைத்திருந்தது. The Queen of Charlotte என்பது தொடரின் பெயர். பிரிட்டிஷ் நாட்டின் இளவரசருக்கு அரசி மணப்பெண்ணைத் தேர்ந்தெடுக்கிறார். அந்தத் திருமணத்தின் விளைவுகள்தான் தொடரின் மையம். மணப்பெண்ணை ஜெர்மனியிலிருந்து வரவழைத்திருப்பார் அரசி. மணப்பெண்ணைப் பார்த்ததும் அவையில் இருக்கும் மற்றவர்கள் சற்று முகம் சுளிப்பார்கள். காரணம், அவர் கறுப்பினத்தவர். அரசியோ இவர்தான் இங்கிலாந்தின் வருங்கால அரசி என்பதில் உறுதியாக இருப்பார். திருமணமான சில நாட்கள் கழித்து இளவரசரையும் அவரது மனைவியையும் ஓவியம் தீட்ட வேண்டும் என ஓவியர் வரவழைக்கப்பட்டிருப்பார். அரசி அந்த ஓவியரிடம், "ஓவியத்தில் இளவரசியின் நிறத்தை வெள்ளையாக மாற்றிவிடுங்கள்" என்பார். இளவரசிக்குக் கடுமையான கோபம் ஏற்படும். "அதெல்லாம் தேவையில்லை. நான் எப்படி இருக்கிறேனோ அப்படியே வரையுங்கள்" என்று சொல்லிவிடுவார்.

இதே தொடரில் கறுப்பினத்தவர்கள் எத்தனை பெரிய செல்வந்தர்களாக இருந்தாலும் அவர்கள் அரச விழாக்களுக்கு அழைக்கப் படாமல் இருப்பதும், 'லார்ட்' என்கிற பட்டத்தினை அரச குடும்பம் அவர்களுக்குத் தர மறுப்பதும், அவர்கள் வீட்டு நிகழ்வுகளுக்கு அரச குடும்பத்தினர் செல்லாமல் இருப்பதுமான நிலையைக் காட்டி இருப்பார்கள். அரசியல் நிகழ்வுகள், நகர்வுகளைச் சரியாகக் கையாளத் தெரிந்த இளவரசியின் கறுப்பினத் தோழி தங்களுக்கான அங்கீகாரத்தைப் பெற்றுக்கொள்வார்.

தொடரின் இப்பகுதிகள் அதிகம் பேசப்பட்டன. ஆனால், எவரும் ஆச்சரியமாகப் பேசவில்லை. ஷாண்டா ரைம்ஸ் (Shonda Rhimes) தான் தொடரின் தயாரிப்பாளர், கிரியேட்டிவ் பிரிவுக்கான தலைவர் என்றதும் தொடர் எப்படிப்பட்டதாக இருக்கும் என்பது எல்லோருக்கும் தெரிந்திருந்தது. எதிர்பார்ப்புக்கு எந்த அளவிலும் குறையாமல் தொடரின் வெற்றியை உறுதி செய்திருக்கிறார் ஷாண்டா.

முப்பதாண்டுகளாக அமெரிக்கர்களின் குடும்ப அட்டையில் சேர்த்துக்கொள்ளப்படாத குடும்பம் ஷாண்டாவினுடையது. அடுத்த ஷாண்டா யார் என்பதுதான் அடிக்கடி அவரிடம் கேட்கப்படும் கேள்வி. "எனக்கு அடுத்து என்று யாரும் இருக்க வேண்டியதில்லை. என்னைக் கடந்து ஒவ்வொருவரும் செல்ல வேண்டும். எல்லோரிடமும் தனித்திறன் உண்டு" என்பது ஷாண்டா திரும்பத் திரும்பச் சொல்வது. ஆனால், அவரைக் கடந்து போவது அத்தனை எளிதல்ல என்பது எல்லோருக்கும் தெரிந்ததுதான். அவரின் உழைப்பும் சாதனைகளும் அத்தகையவை.

அடிப்படையில் ஷாண்டா திரைக்கதை ஆசிரியர். The Princess Dairy, Scandal, Grey's Anatomy எனத் திரைப்படங்களுக்கும் தொடர்களுக்கும் எழுதியவர். சிறந்த திரைக்கதையாசிரியர் என்ற பெயரையும் பெற்றுவிட்டார். இவரது திரைக்கதையில் எந்தத் தொடரும் இதுவரை தோல்வி கண்டதில்லை. ஷாண்டாலான்ட் (Shondaland) என்கிற பெயரில் தயாரிப்பு நிறுவனம் தொடங்கினார். அது இன்று அமெரிக்காவின் வீட்டுப் பெயர்போல மாறியிருக்கிறது.

ஷாண்டா சிகாகோவில் பிறந்தவர். கதைகள் கேட்பதும், சொல்வதும் அவருக்குப் பிடித்தமானது. வீட்டினருகில் உள்ள மருத்துவமனையில் பகுதி நேர கதைசொல்லியாகச் சென்றுகொண்டிருந்தார். அங்கு அனுமதிக்கப்பட்டிருக்கும் குழந்தைகள், நோயாளிகளுக்குக் கதை சொல்வார். கதைகள் வலியையும் துயரத்தையும் மறக்க வைக்கக்கூடியவை என்பதில் அவருக்கு இருந்த நம்பிக்கை இன்னும்

உறுதியானது. மருத்துவர்களுடன் உரையாடுவது என அங்குள்ள சூழல் எல்லாமே ஷாண்டாவுக்கு மிக நெருக்கமாக அமைந்தது. பொழுதுபோக்கிற்காக அவர் பார்க்கும் காணொலிகள் யாவும் அறுவை சிகிச்சைகள் எப்படி மேற்கொள்ளப்படுகின்றன என்பதாகவே இருந்தன. இவையெல்லாம் சேர்ந்துதான் புகழ்பெற்ற *GREY'S Anatomy* தொடருக்கு அவரை எழுத வைத்தது. ஒரு மருத்துவமனையையும், அங்குள்ள நோயாளிகளையும் பற்றிச் சொல்கிற தொடர் அது. அதனதன் இயல்புகளோடு சொல்லப்பட்டதாலேயே 2005 தொடங்கி இப்போதுவரை அந்தத் தொடர் ஒளிபரப்பாகிக்கொண்டிருக்கிறது.

பள்ளிப் படிப்பினை முடித்ததும் திரைக்கதைக்கான பயிற்சியினைக் கல்லூரியில் சேர்ந்து கற்றுக்கொண்டார். தங்கப் பதக்கத்தையும் பெற்றிருந்தார். திரைக்கதை எழுத முடியும் என்கிற நம்பிக்கை அவருக்கு இருந்தது. ஆனால், வாய்ப்பு?

அவர் வாய்ப்புகளைத் தேடிப் போனார். எதுவும் அமையவில்லை. பகல் முழுவதும் வெவ்வேறு இடங்களில் வேலை செய்தார். வேலைவாய்ப்புப் பெற்றுத்தரும் நிறுவனத்தில் ஒரு வேலை, அது முடிந்ததும் உடல்நலம் பாதிக்கப்பட்டவர்களுக்கான ஆலோசனை தருதல் எனப் பகல் நேரப் பணிகள். இரவில் தன் கற்பனையில் உதித்த கதைகளை எழுதுதல் என ஒவ்வொரு நாளும் சென்றுகொண்டிருந்தன. படைப்புகளை உருவாக்குவதுதான் எதிர்காலத் திட்டமெனில் எதற்கு வெவ்வேறு வேலைகளைச் செய்ய வேண்டும். ஒரு தயாரிப்பு நிறுவனத்தில் இணைந்துவிட்டால், கதை பேசக்கூடிய சூழலில் வேலை செய்யலாம் என்கிற எண்ணம் வர, அதற்கான தேடலில் இறங்கினார். ஆப்பிரிக்க அமெரிக்கரான தயாரிப்பாளர் சேஸ் என்பவரின் நிறுவனத்தில் சேர்ந்தார். சேஸ் ஷாண்டாவின் வழிகாட்டியானார். ஸ்டூடியோக்களும் படத் தயாரிப்பு நிறுவனங்களும் அப்போது வெள்ளையின மக்கள் மட்டுமே தலைமையேற்கும் இடமாக இருந்தன. இவர்களுக்கு நடுவில் சேஸ் போன்றவர்கள் முதல் அடியை எடுத்து வைத்துப் போராடியதை அருகில் இருந்து பார்த்தார். அங்கிருந்து நடிகர் டென்ஸல் வாஷிங்டனின் தயாரிப்பு நிறுவனத்துக்கு மாறினார்.

இந்நேரத்தில் அவருக்குச் சில வாய்ப்புகள் வரத் தொடங்கின. ஆவணப்படங்களுக்கு எழுதுவது, மற்றோர் எழுத்தாளரோடு இணைந்து திரைக்கதை எழுதுவது என அடுத்தடுத்த முன்னேற்றங்கள்.

இவரது சில திரைக்கதைகள் தொடராக எடுக்கப்பட்டு ஒளிபரப்பாகாமல் முடங்கவும் செய்திருக்கின்றன. ஒவ்வொன்றையும் தனக்கான பயிற்சியாக மட்டுமே எடுத்துக்கொண்டார். டிஸ்னி

நிறுவனத்தின் The Princess Dairies 2 இவருடைய திறமையை வெளிக்காட்டியது.

அதன் பிறகு வந்த GREY'S ANATOMY தொடர் அவரை மேலும் பிரபலமாக்கியது. இத்தொடரை எழுதவும் தயாரிக்கவும் செய்தார் ஷாண்டா. தொடரின் முதல் காட்சி அதுவரை தொலைகாட்சித் தொடரில் இடம்பெறாத ஒன்றாக இருந்தது.

முதல் காட்சியை வாசித்ததும் ஷாண்டா சேனலுக்கு வரவழைக்கப்பட்டார். அந்த அறையில் வயதான ஆண் நிர்வாகிகள் அமர்ந்திருந்தனர். "அவர்கள் என் முகத்துக்கு நேராகவே, 'இப்படி எழுதினால் சீரீஸ் தோல்வியடையும்' என்றார்கள். எனக்குப் புரியவில்லை, 'எப்படி எழுதினால்?' என்று கேட்டேன்.

'முதல் காட்சியிலேயே ஒரு பெண் அறிமுகமல்லாத ஆடவனுடன் இரவினைக் கழிக்கிறாள். மறுநாள் மருத்துவராகப் பணியில் சேர்கிறாள். ஒரு மருத்துவரை இப்படிப் பார்க்க மக்கள் விரும்ப மாட்டார்கள்'

'மருத்துவரையா? பெண் மருத்துவரையா?' என்று ஷாண்டா கேள்வி கேட்க விவாதம் வலுத்தது. காட்சியை மாற்ற முடியாது என்று திட்டவட்டமாக மறுத்துவிட்டார் ஷாண்டா. "இவர்கள் நான் உருவாக்கிய கதாபாத்திரங்கள். அவர்கள் என்ன செய்ய வேண்டும், என்ன செய்யத் தேவையில்லை என்பதை முடிவெடுக்கும் அதிகாரம் எனக்கு மட்டுமே உண்டு" என்கிற ஷாண்டாவின் உறுதி இன்றுவரை அசைக்க முடியாத இயல்பாக இருக்கிறது.

ஷாண்டா எழுதியபடிதான் Greys Anatomy தொடர் ஒளிபரப்பானது. அமெரிக்கர்கள் கொண்டாடினார்கள். பல மொழிகளில் மொழிமாற்றம் செய்யப்பட்டு உலகம் முழுவதும் ரசிகர்கள் கூடினார்கள். இயல்பான கதாபாத்திரங்கள், அவர்களின் உணர்வுகள், எதிலும் புனிதத்தை ஏற்றாமல் இருப்பது என ஷாண்டாவின் கதைகளும் கதாபாத்திரங்களும் அத்தனை சுவாரஸ்யமாகவும் யதார்த்தமாகவும் அமைந்திருக்கும். இதனை இவர் உருவாக்கிய Bridgerton series வரைப் பார்க்கலாம்.

சாரட் வண்டியில், இங்கிலாந்தை நோக்கி வரும் இளவரசி பொம்மை போல் அமர்ந்திருப்பாள். அவளது அண்ணன் கேட்பான், "எதற்கு இப்படி அமர்ந்திருக்கிறாய்? கொஞ்சம் அசைந்துதான் உட்காரேன்."

"அசையலாம்... ஆனால் இந்த உடையில் அங்கங்கு குத்தப்பட்டிருக்கும் ஊசிகளைப் பற்றி உனக்குத் தெரியுமா? தலையைக்கூட திருப்ப முடியாமல் இறுக்கமாகக் கட்டப்பட்டிருக்கும் கூந்தலைப் பற்றி

உனக்குத் தெரியாது. உனக்குத் தெரிந்ததெல்லாம் அரசியல் மட்டுமே... என்னைப் பலி கொடுத்து நீ பெற்றுக்கொள்ளும் ஆதாயம் மட்டுமே" இப்படிப் போகும் உரையாடல்.

அரசியான ஒரு பெண்ணின் கதை என்று இத்தொடரைச் சொல்லலாம். ஆரஞ்சு பழத்தைப் பறிப்பதற்குக் கையைத் தூக்கினால் பணியாளர்கள் பதறி ஓடிவந்து பறித்துத் தருகையில் "எனக்கு மூச்சு முட்டுகிறது. எனக்குத் தேவையான ஆரஞ்சு பழத்தைக் கூட நான் பறிக்கக்கூடாது என்றால், நான் எப்படி அதிகாரம் கொண்ட அரசியாக இருப்பேன். அப்படியென்றால் அதிகாரம் என்றால்தான் என்ன?" என்று கேள்வி கேட்கிற ஒரு பெண்.

அரசி என்பவள் சராசரியாகக் கூட பேசவோ, நடக்கவோ முடியாது எல்லாவற்றிலும் கிரீடம் சுமக்க வேண்டும் என்பதை வெறுக்கிற கதாபாத்திரம், தன்னிடம் ஆட்சி அதிகாரம் வந்ததும் எப்படி நடந்துகொள்கிறார் என்பது ஒரு கதை; கணவனுக்குத் தனி உலகம் இருக்கிறதென்பதைப் புரிந்துகொண்டு அது அரசியலில் குழப்பம் ஏற்படுத்தாமல் பார்த்துக்கொள்கிற புத்திசாலித்தனத்தோடு ஒரு கதை என இந்தத் தொடர் வெற்றி பெற்றதற்கு ஷாண்டாவின் எழுத்தே முக்கியக் காரணமாக அமைந்தது. ஒரு நூற்றாண்டு இங்கிலாந்தைக் கண் முன்னால் கொண்டுவந்ததற்காகத் தயாரிப்பாளர் ஷாண்டாவையும், அவருக்குள் இருந்த எழுத்தாளரையும் மக்கள் கொண்டாடினார்கள்.

இப்படியான பார்வையை ஷாண்டா தொடர்ந்து தன்னுடைய எழுத்துகளில் வெளிப்படுத்திவருகிறார். இவருடைய கதாபாத்திரங்கள் அச்சடித்தது போல எப்போதும் இருந்ததில்லை.

ஷாண்டா லாண்ட் (SHONDA LAND) என்கிற தயாரிப்பு நிறுவனத்தைத் தொடங்கும்போது அது அத்தனை சுலபமாக இல்லை. தன்னை மீண்டும் மீண்டும் நிரூபிக்க வேண்டியிருந்தது. திரைக்கதை எழுத்தாளராகத் தன்னை நிரூபித்துக்கொண்டே தயாரிப்பாளராகவும் இருக்க வேண்டிய சூழல் அவருக்கு ஏற்பட்டது. இவர் நிறுவனத்தைத் தொடங்கியபோது கூடவே ஒரு வரலாறும் எழுப்பப்பட்டது. ஆப்பிரிக்க அமெரிக்கப் பெண் தொடங்கிய ஒரு தயாரிப்பு நிறுவனம் மில்லியன் கணக்கில் இலாபம் பார்த்தது இதுதான் முதன்முறை. 'டைம்ஸ்' இதழ், உலகின் எண்ணத்தை மாற்றும் நூறு நபர்களில் ஒருவராக ஷாண்டாவைத் தேர்ந்தெடுத்தார்கள். ஷாண்டா, உலகின் அதிக சம்பளம் பெறும் ஊடக நிறுவனர் ஆனார்.

அமெரிக்கத் தொலைக்காட்சிகளில் இவர் எழுதிய அல்லது தயாரித்த தொடர்கள் ஒரு நாளைக்கு மூன்று அல்லது நான்கு முறை ஒளிபரப்பாகிக்கொண்டிருந்தன. இவருடைய பெயருக்காகவே மக்கள் பார்க்கத் தொடங்கினார்கள். தொலைக்காட்சியிலிருந்து அடுத்த கட்டமாக ஓடிடி தளங்கள் வெளிவரத் தொடங்கியதும் நெட்ஃப்ளிக்ஸ், ஷாண்டாலாண்ட் நிறுவனத்துடன் ஒப்பந்தம் செய்தது. தொடர்ந்து நெட்ஃப்ளிக்ஸ் நிறுவனத்துக்காக ஷாண்டா தொடர்கள் தயாரிக்கிறார்.

உடன் பிறந்தவர்கள் ஐந்து பேர் என்றாலும் சிறு வயதிலிருந்தே தனித்து வாழப் பழகியிருந்தார் ஷாண்டா. *அவருடைய கதையுலகமும் அவரும் தனித்தே பயணப்பட்டனர்.* யாரிடமும் அதிகம் பேசாமல், வாய்ப்புக் கேட்டுப் போகுமிடங்களில் எல்லாம் தயங்கி நின்ற இவர் இன்று சிறந்த பேச்சாளராகவும் அறியப்படுகிறார். இந்த நல்ல மாற்றத்திற்கான காரணமாக இருந்ததைத் தன்னுடைய புத்தகமான *A YEAR OF YES* என்பதில் விளக்கியிருக்கிறார். பொது நிகழ்ச்சிக்கென யார் அழைத்தாலும் முடியாது என்று சொல்லிப் பழக்கப்பட்டிருந்தார் ஷாண்டா. இவரது சகோதரி ஒருநாள் இவரை அழைத்து, "எதற்குமே நீ முடியும், ஆமாம் என்று சொல்வதில்லையே ஏன்?" என்று கேட்க அதுதான் தன்னுடைய வாழ்க்கையை மாற்றியமைத்த நொடி என்கிறார். "ஆமாம், நான் எதற்கு எல்லாவற்றையும் மறுக்கிறேன்? இனி ஒரு வருடக் காலத்துக்கு எல்லாமே yes மட்டுமே" என்று முடிவெடுத்திருந்தார். இந்தச் சமயத்தில் அவர் மூன்று குழந்தைகளைத் தத்தெடுத்திருந்தார். அவருக்குத் திருமண உறவின் மீது நம்பிக்கையில்லை. வேலையின் பின்னே அலைந்துகொண்டிருப்பதால் குழந்தைகளுக்கு நேரம் செலவழிக்க முடியவில்லை என்பது நிரந்தர குற்றவுணர்வாக இருந்திருக்கிறது. அதன் பின்தான் யோசித்திருக்கிறார். நேரம் இருக்கும்போது கூட அவர்களிடமும் நான் முடியாது என்றே சொல்லியிருக்கிறேன்.

விளையாட வாங்கம்மா

முடியாது

நடைப்பயிற்சிக்குப் போகலாம்

முடியாது

நீச்சலடிக்கலாம்

முடியாது.

இதையெல்லாம் நினைத்துப் பார்த்த பிறகு தவறு தன்னிடத்தில்தான்

என்பதை உணர்ந்திருக்கிறார். ஒரே இடத்தில் உட்கார்ந்து வேலை செய்ததில் உடல் பருமனும் அதிகரித்திருந்தது. இதுதான் எல்லாவற்றிலும் சோர்வாகத் தன்னை மாற்றுகிறது என்பதைப் புரிந்துகொண்டு உடல் எடையைக் குறைத்தார். குழந்தைகள் விளையாட அழைத்தால் மறுப்பதில்லை. பொது நிகழ்ச்சிக்குப் போக ஆரம்பித்தார். அங்கு உரையாற்றினார். எதையெல்லாம் சிரமம் என்று நினைத்தாரோ அவை இப்போது உதவி செய்தன. இந்த வேகத்தில்தான் அவர் ஷாண்டா லாண்ட் நிறுவனத்தைத் தொடங்கினார்.

"எல்லோரும் நான் எப்படி ஜெயிக்கிறேன்" என்று கேட்கிறார்கள். ஒரு தயாரிப்பாளராக, திரைக் கதையாசிரியராக வர வேண்டும் என்று விருப்பம் பலருக்கும் இருக்கும். விருப்பம் வேறு, செயல் வேறு. நான் செயலில் இறங்கினேன். இறங்குவதற்கு முன்பு என்னிடம் இருக்கும் குறைகளையும், வாய்ப்பு மறுக்க என்னிடம் இருந்த காரணங்களையும் புறந்தள்ளினேன். ஒவ்வொரு நாளும் போராட்டம்தான். ஆனால், இது நான் விரும்பி ஏற்றுக்கொண்ட துறை. ஒருநாளும் பின்னடையக்கூடாது. அத்தனைக்கும் இனிமேல் சீணிஷி மட்டுமே" என்கிற முடிவு அவரையும் அவருடன் பணிபுரியும் நூற்றுக்கணக்கானவர்களையும் முன் செலுத்துகிறது.

ஷாண்டா என்கிற பெண்மணி எத்தனை பேருக்கு முன்மாதிரியாக இருக்கிறார் என்பது கணக்கிலடங்காதது. இவரது வெற்றியை ஒவ்வொருவருமே தங்களுடைய வெற்றியாகப் பார்க்கின்றனர்.

"இன்று நீங்கள் யார்? ஒவ்வொரு முறையும் உங்களுக்கு வாய்ப்புகள் வந்து நிற்காது. தைரியமாக இருங்கள். மக்கள் முன்பாக வாருங்கள். அவர்கள் உங்களைப் பார்க்கட்டும். பேசுங்கள். அவர்கள் கேட்கட்டும். வெறும் கனவுகள் அல்ல, உங்கள் செயல்களே இனி எல்லாம்" இதைத்தான் ஷாண்டா கடைபிடிக்கிறார், எல்லோருக்கும் சொல்கிறார்.

'எதையும் நேரடியாகச் சந்திப்பவர்களுக்கே வாய்ப்புகள் வந்து நிற்கும்' என்று சொல்ல இவருக்கு முழுத் தகுதியும் உண்டு. ஒரு பெண், நிறத்தால் ஒடுக்கப்பட்டவர், தன்னுள்ளே ஒடுங்கியவர், தன்னை முன்னிறுத்தி எல்லோரையும் தன்னை மீறச் சொல்கிறார். அதனால்தான் ஷாண்டா எல்லோராலும் விரும்பப்படுகிறார்.

ஏதேனும் சொல்

நீ சிலரைச்
சிலநேரங்களில் முட்டாளாக்கலாம்
எல்லா நேரங்களிலும்
எல்லோரையும் முட்டாளாக்க முடியாது
எங்களுக்கு வெளிச்சம் தெரிகிறது
எங்கள் உரிமைகளுக்காக
நாங்கள் எழுந்து நிற்போம்

Get Up Stand Up for your Right

பாப் மார்லியின் இப்பாடலைக் கேட்டிருப்போம். பாடலின் தொடக்கத்தில் ஒரு துள்ளலான தாள இசை வரும். அது ஓர் அழைப்புக்கான இசையும் கூட. நீண்ட சொற்பொழிவுகளைக் காட்டிலும் நான்கு நிமிட பாடல்கள் மாயம் செய்யக்கூடியவை. இந்த மாயத்தை ஆப்பிரிக்க அமெரிக்கர்கள் நூறாண்டுகளுக்கு முன்பிருந்தே செய்துவருகிறார்கள்.

இசையுலகில் ஆப்பிரிக்க இசைக்குத் தனிப் பாரம்பரியம் உண்டு. அவர்களின் இசை இன்றும் மக்களிடமிருந்து உருவாகிவருகிறது. பிறப்புத் தொடங்கி இறப்பு வரை எல்லாவற்றையும் இசையால் கொண்டாடுபவர்கள். பயிரிடும் காலமும், அறுவடைக் காலங்களும் அவர்களுக்கு இசைக்கானவை. தொடக்கத்திலிருந்தே இசையைக் கதை சொல்லலுக்காக, தகவல் பரிமாற்றத்துக்காகப் பயன்படுத்தியவர்கள். இதனாலேயே ஆப்பிரிக்க வம்சாவழியினர் எங்கு சென்றாலும் இசையைத் தங்களின் வாழ்வின் அங்கமாகப் பார்க்கிறார்கள்.

ஆப்பிரிக்காவின் வட பகுதியிலிருந்து அமெரிக்காவிற்கு அடிமைகளாக அழைத்து வரப்பட்டவர்கள் அமெரிக்காவின் வயல்களிலும் பருத்திக் காடுகளிலும் தொழிற்சாலைகளிலும் வேலை செய்கையில் முணுமுணுக்கும் பாடல்கள் பல வடிவங்கள் பெற்று ஜாஸ் இசையாக மாறியது. செய்யும் வேலையில் சிறு தேக்கமும் தவறும் நிகழ்ந்தால் அவர்களைப் பதம் பார்க்கக் கையில் சவுக்கு கம்புகளோடு நிற்கும் அமெரிக்கக் கங்காணிகளிடமிருந்து தப்புவதற்காகப் பாடிக்கொண்டே வேகமாக வேலை செய்யும் முறையை ஆப்பிரிக்கர்கள் பின்பற்றினார்கள். பாட்டோடு சேர்ந்து தாங்கள் சொல்ல விரும்பியதையும் இரகசியக் குறிப்புகளோடு பாடல் வரிகளில் இணைத்துப் பாடினர். இந்த முணுமுணுப்புகள் உரத்தக் குரல்களாக மேடைகளில் ஒலிக்க ஒரு நூற்றாண்டுக்கும் மேல் எடுத்துக்கொண்டது.

கறுப்பின இசை என்பது உலகம் முழுவதும் பரவ ஆரம்பித்தது. அவர்களுக்கெனத் தனி அடையாளம் கிடைத்தது. இந்த இசை உலகத்தில் தங்களுக்கென ஓர் இடத்தை உருவாக்கிச் சரித்திரத்தைத் தங்கள் பக்கம் திரும்ப வைத்த பாடகர்கள் இருக்கிறார்கள். அவர்களில் சிலரை இந்தக் கட்டுரை வழியே நினைவுகூரலாம்.

1939ஆம் ஆண்டு அமெரிக்காவில் இனப்பாகுபாடு உச்சத்தைத் தொட்டிருந்த காலகட்டம். வெள்ளை இன மக்களின் தங்கும் இடங்கள், உணவகங்கள், பொதுக் கழிப்பறைகள் ஆகியவற்றில் கறுப்பினத்தவர்களுக்கு அனுமதி கிடையாது என்றிருந்த காலம். மரியன் ஆண்டர்சன் இசை உலகத்துக்குள் அடியெடுத்து வைத்திருந்தார். அவரது பெயரும் பாடும் திறமையும் இசை விமர்சகர்களை ஈர்த்திருந்தன. மரியன் ஆண்டர்சன் ஒரு பொது நிகழ்வில் பாடுவதற்காக அழைக்கப்பட்டிருந்தார். இதற்கு எதிர்ப்புத் தெரிவித்தது அமெரிக்கக் குடியரசின் மகள்கள் என்கிற அமைப்பு. இதனை எதிர்த்துப் பத்திரிகையில் சிலர் எழுதினார்கள். வயதான சில பெண்கள் சேர்ந்து, மரியன் ஆண்டர்சனைப் பாடவிடாமல் செய்வதற்கு என்ன உரிமை இருக்கிறது என்று கேட்டிருந்தார்கள். அப்போதுதான் அவருக்கும் அமெரிக்கக் கறுப்பின் மக்களின் வரலாற்றுக்கும் மறக்க முடியாத நிகழ்வு நடந்தது. அது ஆவணப்படமாக இன்றும் காணக் கிடைக்கிறது.

அமெரிக்க ஜனாதிபதி ரூஸ்வெல்ட் - திருமதி ரூஸ்வெல்ட் இருவருமாகச் சேர்ந்து லிங்கன் நினைவு அரங்கத்தின் முன்பு ஈஸ்டர் அன்று மரியன் ஆண்டர்சனை மக்கள் முன்பாகப் பாட வேண்டும் எனக் கேட்டுக்கொண்டனர். இது நம்ப முடியாத வாய்ப்பு.

நான்காயிரம் பேர் கூடுவார்கள் என்று எதிர்பார்த்திருந்த அரங்கில் அன்று 75,000 அமெரிக்கர்கள் கூடியிருந்தார்கள். மேடையில் மட்டும் இருநூறு அமெரிக்க முக்கியஸ்தர்கள் நிறைந்திருந்தனர். மரியன் ஆண்டர்சன் அங்கு பாட வேண்டும். முதல் வரிசைகளில் வெள்ளை இன மக்கள் இருக்க, சில கிலோமீட்டர் தாண்டி கறுப்பின மக்கள் நின்றுகொண்டிருந்தனர். அவர்களுக்கு மேடை கூட தெரிந்திருக்காது. ஆனால், தங்களில் ஒருவர் அந்த மேடையில் நிற்கிறார் என்பது அவர்களுக்கு எத்தனை பெரிய உணர்வினை ஏற்படுத்தியிருக்கும்! மரியன் மெதுவாக மேடை ஏறி வருகிறார், மைக் முன் நிற்கிறார். இந்த நிகழ்ச்சியை இலட்சக்கணக்கானவர்கள் நேரடியாக வானொலியில் கேட்டுக்கொண்டிருக்கிறார்கள் என்பதும் மரியனுக்குத் தெரியும். ஒரு கறுப்பினப் பெண் அத்தனை பேர் முன்னிலையிலும் நிற்பதென்பதே பெரிய போராட்டம். அங்கு அவர் பாட வேண்டும். மரியன் அமைதியாக மைக் முன்பு நிற்கிறார். மக்களின் முகத்தில் எதிர்பார்ப்பு. அவருக்குத் தெரியும், இது தனக்கான வாய்ப்பு மட்டுமல்ல, தனது இனத்தின் பிரதிநிதியாக நிற்கிறோம் என்பது. இது இன்னும் பொறுப்பான சுமை. கண்களை மூடுகிறார். நீண்ட பெருமூச்சினை விடுகிறார். சட்டென்று உடைபடுகிறது குரல்.

ஈஸ்டர் தினத்தில் அவர் "எங்களுக்கு விடுதலை கிடைக்கட்டும்" என்று பாடினார். மேடை மறுக்கப்பட்ட ஒருவரின் குரலது. அமெரிக்க இசைத்துறை மறக்காத ஒரு பெயர் மரியன் ஆண்டர்சன். இதன்பிறகு அமெரிக்க அரசியல் வரை இந்த நிகழ்வின் தாக்கம் இருந்தது. மரியன் ஆண்டர்சன் ஓர் ஆளுமையாக மாறினார்.

அதன்பிறகு வந்தவர் ரே சார்லஸ். இவரது இசைத்தட்டுகள் இலட்சக்கணக்கில் விற்பனையாகின. இவரின் இசை துள்ளலானது. காதுகளை நிறைக்கக் கூடியது.

ரே சார்லஸ் சிறு வயதில் தன் அப்பாவைப் பிரிந்தவர். இவருடைய அம்மா ரேவோடும் அவரது தம்பியோடும் சிறு உணவகத்தில் வேலை பார்த்துக்கொண்டு அங்கேயே தங்கினார்கள். அந்த உணவகத்தில் பியானோ வாசிப்பவரிடம் அடிப்படை பியானோ இசையைக் கற்றுக்கொள்கிறார் சார்லஸ் ரே. அவருக்கு நான்கு வயதாக இருக்கையில் ஒரு தண்ணீர்த் தொட்டிக்குள் விழுந்துவிடுகிறார். அதிலிருந்து காப்பாற்றப்பட்டாலும் அவருடைய கண்பார்வை மெதுவாக மங்கத் தொடங்கியது. ஏழு வயதாகும்போது முற்றிலும் பார்வையை இழக்கிறார். இவருடைய அம்மா அவரைப் பார்வை திறனற்றவர்களுக்கான பள்ளியில்

சேர்க்கிறார். அதற்குப் பலரின் சிபாரிசை நாட வேண்டியிருந்தது. படிப்பில் நாட்டமில்லாமல் இசையில் பிடிப்புக் கொண்டிருந்த ரே, அம்மா ஒவ்வொருவரிடமும் தனக்காக மன்றாடுகிறாரே என்ற காரணத்துக்காகப் பள்ளியில் சேர முடிவு செய்தார். அங்கு அவர் பிரெய்லி முறையைக் கற்றுக்கொள்கிறார், பியானோ வகுப்பிலும் சேர்கிறார். எல்லாம் நன்றாகப் போய்க்கொண்டிருந்தபோது அவரது தம்பியும் அம்மாவும் இறந்து போகிறார்கள். யாருமற்ற ரே, அம்மாவின் இறுதிச் சடங்கு முடிந்ததும் மீண்டும் பள்ளிக்குப் போக வேண்டாம் என்கிற முடிவோடு ஓர் உணவகத்தில் பியானோ வாசிப்பவராகச் சேர்கிறார். இங்கு அவருக்குப் புதுப் புது இசைக்கோர்வைகளை முயற்சித்துப் பார்க்கும் வாய்ப்புக் கிடைக்கிறது. அவரது புகழ் பரவுகிறது, பிரபலமடைகிறார்.

ரே சார்லைசைப் பற்றி இன்றும் பேசிக்கொண்டிருப்பதன் காரணம் இவரின் வருகைக்குப் பிறகு ஜாஸ் இசை வேறொரு தளம் கண்டது. உணர்ச்சிகரமான இசை என்பது மென்மையாகவும் இருக்க முடியும் என வடிவமைத்தவர். பல மனநல மருத்துவமனைகளில் ரே சார்லசின் இசையை ஒலிக்கவிடுகையில் தங்களையறியாமல் நோயாளிகள் கண்ணீர் விடுவதையும், அந்த இசை ஒலிக்கும் இடம் நோக்கி நடந்து போவதையும் அவரைப் பற்றிக் குறிப்பிடுபவர்கள் சொல்கிறார்கள். அதனால்தான் இவரை 'ஆன்ம இசையின் தந்தை' என்கிறார்கள்.

நீ வீட்டிற்கு வந்ததும்
உன்னிடம் என்ன எதிர்பார்க்கிறேன்
மரியாதையைத்தானே..
அதுவும் கொஞ்சமாக...
நீ வீட்டைவிட்டுப் போனதும்
நான் எந்தத் தவறும் செய்யவில்லை மிஸ்டர்.
நீ எனக்கு மரியாதை தரலாம்
கொஞ்சம் கொஞ்சம் கொஞ்சமேனும் மரியாதை கொடு..
உனக்காக நான் என் பணத்தையெல்லாம் தந்தேன்.
அதற்குப் பதிலாக மரியாதை கொடு

இப்படியான ஒரு பாடலை எழுதிக் கோடிக்கணக்கானவர்களை முணுமுணுக்க வைத்தவர் அரேதா ஃபிராங்க்ளின். சட்ட உரிமைப் போராட்டத்தில் இவருடைய பாடல்கள் அதிகம் கேட்கவும் பாடவும் பட்டன.

பில்லி ஹாலிடேவின் குரலில் உள்ள உருக்கம் என்பது அவர் கடந்துவந்த பாதையிலிருந்து உருவானது. பிழைப்புக்காக இவர் சிறுவயதில் செய்யாத வேலை இல்லை. இரயிலைச் சுத்தம் செய்திருக்கிறார்; உணவகத்தில் வேலை செய்திருக்கிறார்; வீடுகளை, கழிவறை உட்பட சுத்தம் செய்திருக்கிறார். இதெல்லாம் இவரது பன்னிரெண்டு வயதிற்குள் நடந்தவை. அக்காலகட்டத்தில் பக்கத்து வீட்டில் இருந்த ஒருவர் இவரிடம் தவறாக நடந்துகொள்ள முயற்சிக்க, அவர் குறித்துக் காவல் நிலையத்தில் புகார் கொடுத்தார். சில நாட்கள் இவரைக் காப்பகம் ஒன்றில் பாதுகாத்து வைத்தனர். அங்கிருந்து வெளியேறியதும் மீண்டும் வீடுகளைச் சுத்தம் செய்யும் பணியில் சேர்ந்தார். கிளப்களில் வேலை செய்கையில் அங்கு பாடப்படும் பாடல்கள் அவரை ஈர்த்தன. யாரும் கற்றுத் தராமல் தானாகப் பாடிப் பயிற்சி எடுத்துக்கொண்டு, சாக்சபோன் வாசிக்கும் ஒருவரைச் சந்திக்கிறார். பின்னர் இருவருமாகச் சேர்ந்து ஓர் இசைக்குழுவை உருவாக்குகிறார்கள். எங்கெல்லாம் பாட வாய்ப்பு வருகிறதோ அங்கு போய்ப் பாடுவார் பில்லி. இவரது குரலில் உள்ள காத்திரத்தன்மை பலரை ஈர்த்தது.

மெதுவாக உயரத்தை அடைந்தது இவரது வளர்ச்சி. அமெரிக்காவின் தென்பகுதிக்குச் சுற்றுப்பயணம் செய்யும் இசைக்குழுவில் பில்லிக்குப் பாடகியாக இடம் கிடைத்தது. அந்தக் குழுவில் இவர் மட்டுமே கறுப்பினப் பாடகி. எல்லோரும் உட்கார்ந்துகொண்டிருந்தாலும் கடைசிவரை ஓய்வெடுக்கக் கூட யார் முன்பும் உட்கார முடியாத சூழல் அவருக்கு இருந்தது. பல மேடைகளில், கறுப்பினப் பெண் பாடினால் கேட்கமாட்டோம் என்று பார்வையாளர்கள் சொல்ல பாதியில் இறக்கிவிடப்பட்டிருக்கிறார். ஒரு மேடையில் யாரோ இவரைப் பார்த்து மோசமான வார்த்தையைச் சொல்ல, கோபத்தில் பில்லி அந்த இடத்தைவிட்டுச் சென்றுவிட்டார். தங்குமிடத்தில் லிஃப்ட்டில் கறுப்பினப் பெண் ஏறக்கூடாது என்று சொல்ல, ஒவ்வொரு முறையும் பல மாடிகளை எப்படி ஏறி இறங்குவது என்று பதிலுக்குக் கேட்டிருக்கிறார். மீண்டும் அவரது இனம் பற்றிய வசவுகளும் கேலிகளும் பதிலாக வர, அதோடு அந்த இசைக்குழுவிலிருந்து வெளியேறினார் பில்லி ஹாலிடே.

பில்லியின் வாழ்க்கை முழுவதும் பெரும் போராட்டமாகவே இருந்திருக்கிறது. ஆனாலும் அவரிடமிருந்த புன்னகையை அவர் விட்டுத்தந்ததில்லை. இசைக் குறித்த முறையான பயிற்சியற்ற பில்லி ஹாலிடே நான்கு கிராமி விருதுகளை வென்றிருக்கிறார்.

பாப் இசையின் சக்கரவர்த்தி என்றழைக்கப்படுகிற மைக்கேல் ஜாக்சனின் மிகப் பிரியத்திற்குரிய முன்னோடி ஜேம்ஸ் பிரவுன். வறுமையிலிருந்து தப்பிக்க அம்மாவுடன் நியூயார்க் வருகிறார். இரண்டாம் உலகப் போருக்கு வீரர்கள் சென்றுகொண்டிருக்கும் பாதையில் நின்று அவர்களை உற்சாகமூட்ட சிறுவன் ஜேம்ஸ் பிரவுன் தெருவில் ஆடிக்கொண்டிருப்பான், பாடல்கள் பாடுவான். இப்படியாக உள்ளூரில் சில பாடகர்களின் அறிமுகம் கிடைத்தது. பதினாறு வயதில் குத்துச்சண்டை வீரராகவும் இருந்திருக்கிறார். போதைப்பொருள் வைத்திருந்த குற்றச்சாட்டில் சிறையில் அடைக்கப்பட்டார். அங்கும் இசையைக் கைவிடவில்லை. சிலரைச் சேர்த்துக்கொண்டு அங்கேயே ஓர் இசைக்குழுவை உருவாக்கினார். அவர்களே பாடல்கள் எழுதிப் பாடுவார்கள். சிறையில் கால்பந்தாட்டப் போட்டிகள் நடக்கையில் ஜேம்ஸ் பிரவுனின் பாடல்கள் கூடுதல் உற்சாகமளித்திருக்கின்றன. சிறைக் கொடுமைகளிலிருந்து இவரது பாடல்கள் சிறு வெளிச்சத்தை அங்குள்ளவர்களுக்குத் தந்திருக்கின்றன.

ஜேம்ஸ் பிரவுன் சிறையிலிருந்து வெளியேற வேண்டுமானால் பிரசங்கப் பாடல்களை மட்டுமே பாட வேண்டும் என்ற நிபந்தனை போடப்பட்டது. அதன் அடிப்படையில் சிறையிலிருந்து வெளியேறினார். சில காலங்கள் பிரசங்கப் பாடல்களைப் பாடினார். ஊர் ஊராகச் சென்றார். இவரது பாடல்களுக்கும் குரலுக்கும் பெரும் ரசிகர்கள் உருவானார்கள். இசைத்தட்டுகள் அதிகம் விற்பனையாகின. வெவ்வேறுவிதமான பாடல்களை இவரது நண்பர் எல்லிஸ் எழுத இவர் மேடைதோறும் பாடினார்.

Say it Loud, I am Black I am Proud என்கிற இவரது பாடல் பெரும் கிளர்ச்சியை ஏற்படுத்தியது. குழந்தைகளைக் கொண்டு பாட வைத்திருப்பார். இப்போது வரை அமெரிக்க இளைஞர்களால் விரும்பிக் கேட்கப்படும் பாடலது. *'Get up and say something'* போன்ற பாடல்கள் 'கறுப்பின மக்களுக்காகக் குரல் கொடுப்போம்' என்கிற குழுவினர் அமைதி காத்தபோது அவர்களுக்காக எழுதப்பட்டு இவர் பாடியவை. தனது பெயரில் ஒரு நிறுவனம் தொடங்கி கறுப்பின மக்களுக்கான வேலைவாய்ப்புகளையும் உருவாக்கிக் கொடுத்திருக்கிறார்.

அமெரிக்க அரசியலிலும் சமூகத்திலும் அடிமைகள் என்ற பெயரில் தொடர்ந்து சில குரல்கள் புறக்கணிக்கப்பட்டுவந்தன. பேச்சுரிமை தடை செய்யப்பட்டது. பொதுவெளியில் அடிமை முறைக்கு எதிராக உரையாற்றுபவர்கள் கண்காணிக்கப்பட்டுச்

சிறையில் அடைக்கப்பட்டனர். கடும் வேலை செய்பவர்களுக்குக் கூலி குறைக்கப்பட்டன. இவர்கள் நிறுவனம் தொடங்கத் தடை இருந்தது. திரைப்பட உலகுக்குள் ஒரு கறுப்பினத்தவர் கூட நுழைய முடியாதபடி கதவுகள் மூடப்பட்டிருந்தன. இந்தச் சூழலில்தான் இந்தப் பாடகர்கள் அலை போல எழுந்துவந்தனர். இவர்கள் ஒவ்வொருவரும் மற்றவர்களுக்கு வழிகாட்டினார்கள். எதையும் இசையால் கடத்த முடியும் என்று நம்பினார்கள். அது தொடர்ந்து நிகழவும் செய்தது.

ஆப்பிரிக்க அமெரிக்கர்கள் அமெரிக்க நிலத்தில் தங்களின் உரிமைகளை நிலைநாட்டுவதற்கு இந்த இசை பெரும் பங்காற்றியிருக்கிறது. இவர்களில் சிலரை மட்டும் இந்தக் கட்டுரை மூலமாக நினைவு கொண்டுள்ளோம். இன்னும் எத்தனையோ பேர் தங்களின் வாழ்வைப் பணயமாக வைத்து இசையை ஒரு போர்க்கருவியாகப் பயன்படுத்தியிருக்கிறார்கள். மக்களை உத்வேகப்படுத்த சொற்களைக் காட்டிலும் பாடல்வரிகள்தாம் தொடக்கத்திலிருந்தே பெரும் பங்காற்றியுள்ளன.

நாம் ஏன் இப்படி ஆனோம் என்கிற கழிவிரக்கக் கேள்விகளிலிருந்து, இப்படியிருக்க மாட்டோம் என்ற பிடிவாதமான குரலாக மாறுவதற்கு இந்த இசையுலகம் அதிக வருடங்களை எடுத்துக்கொள்ளவில்லை என்பதை அமெரிக்க ஜாஸ், பாப் இசையின் வரலாற்றை அறிந்தவர்களால் புரிந்துகொள்ள முடியும்.

இசை எப்போதுமே சுதந்திரத்தின் வெளிப்பாடு, இவர்கள் அதன் தூதுவர்கள்.

உப்பேறிகள்

ஒரே ஒரு திரைப்படம். அது காலங்கள் கடந்தும் பேசப்படுகிறது. இருபத்தைந்து வருடங்களுக்குப் பிறகு அமெரிக்க லைப்ரரி காங்கிரஸில் இருந்த அதன் பிரதி டிஜிட்டல் மயமாக்கப்பட்டு மீண்டும் திரையிடப்பட்டது. எந்த ஓர் ஆப்பிரிக்க அமெரிக்கத் திரைப்பட இயக்குநரிடமும் அவரைப் பாதித்த படங்கள் என்று கேட்டால், Daughter of the Dust படத்தினைச் சொல்வார்கள். இயக்கியவர் ஜூலி டாஷ். முழு நீளத் திரைப்படத்தை இயக்கிய முதல் ஆப்பிரிக்க அமெரிக்கப் பெண்மணி இவர். Daughter of the Dust படத்திற்கு முன்பு டிவி தொடர்களை எழுதியும் இயக்கியும் வந்தவர், குறும்படங்களும் இயக்கியிருக்கிறார். ஆனால், இப்போதும் அமெரிக்கர்களுக்கு ஜூலி டாஷ் என்றால் நினைவில் இருப்பது இந்தத் திரைப்படம்தான்.

இப்படம் கடந்த காலத்தின் அழிக்க முடியாத ஒரு பகுதி. இயக்குநராக மனதின் ஆழத்தில் இருந்து ஒரு படத்தினை எதற்காக இயக்குகிறோம் என்று தெரிந்து இயக்கும்போது வெளிவந்த உத்வேகமான படைப்பு.

படத்தைப் பார்ப்பதற்கு முன்பு அதன் பின்னணியைத் தெரிந்துகொள்ள வேண்டியிருக்கிறது. ஜார்ஜியா பிரதேசத்தில் உள்ள செயிண்ட் ஹெலேனா தீவுதான் படத்தின் களம். 1903ஆம் ஆண்டு இந்தத் தீவில் நடந்த ஒரு நிகழ்வினைக் கொண்டே கதை எழுதப்பட்டுள்ளது. இதோடு இத்தீவுக்கு அருகிலுள்ள இக்பூ லேண்டிங் என்ற இடம் குறித்தும் தெரிந்துகொள்ள வேண்டியிருக்கிறது. இன்று இந்த இடம் குறித்தும் அங்கு நடந்த மறக்க முடியாத சம்பவம் குறித்தும் ஜார்ஜியா நகரப் பள்ளிகளில் கற்றுத் தருகிறார்கள்.

மேற்கு ஆப்பிரிக்காவிலிருந்து 1803ஆம் வருடம் ஆப்பிரிக்கர்கள் அடிமைகளாக அமெரிக்காவிற்குக் கொண்டுவரப்பட்டனர். அவர்களில் இக்பூ எனப்படும் நைஜிரியப் பழங்குடியினரும் உண்டு. கப்பலில் அழைத்துவரும் வழியில் இந்தப் பழங்குடியினர் ஒன்றிணைந்து கப்பலைக் கைப்பற்றியிருக்கிறார்கள். ஆனாலும் அவர்களால் தப்பிச்செல்ல முடியவில்லை. இவர்களைச் சங்கிலியால் பிணைத்து ஒரு தீவில் இறக்க முயற்சிக்கும்போது அனைவருமே கடலில் இறங்கியிருக்கிறார்கள். அதன்பின் நடந்ததை ஆப்பிரிக்க அமெரிக்க நாட்டுப்புறப் பாடல்கள் சாகசமாய் வர்ணிக்கின்றன. இவர்கள் இறங்கியதும் கடலே அவர்களுக்கு வழிவிட்டது என்கின்றன பாடல்கள். இன்றும்கூட இவ்வின மக்கள் தீவிரமாக நம்புகிற ஒரு நிகழ்வு, தங்கள் மூதாதையர் கடலில் நடந்தார்கள் என்பது. ஆனால், இறங்கிய அனைவருமே கடலுக்குள் மறைந்து போனதாக நேரில் பார்த்த ஆப்பிரிக்க அடிமை விற்பனையாளர்கள் தங்களது குறிப்பில் எழுதியிருக்கிறார்கள். அவர்களில் சிலருடைய சடலங்களையும் மீட்டிருக்கிறார்கள். கரை ஒதுங்கியிருக்கலாம் என்று சந்தேகப்பட்டவர்களைக் கண்டதும் சுட்டுக்கொள்ளும்படி உத்தரவிடப்பட்டிருந்தது. கப்பலில் எஞ்சிய மற்ற இக்பூ பழங்குடியினரை ஒரு தீவில் இறக்கியிருக்கிறார்கள். அந்தத் தீவு இக்பூ லேண்டிங் பிரதேசம் என்றே பெயர் பெற்றிருக்கிறது. இந்தப் பிரதேசம் இன்று வரலாற்றுச் சுற்றுலாத் தலமாக மாறியுள்ளது.

அங்கிருந்து அருகில் உள்ள தீவான செயிண்ட் ஹெலினாவுக்கு இக்பூ அடிமைகளைக் கொண்டுவருகின்றனர். அங்கு இண்டிகோ மை தயாரிக்கும், சாயம் பூசும் வேலைகளை அவர்களுக்குத் தந்திருக்கிறார்கள். நாள் முழுவதும் சாயங்களை அலசி வெடித்துப்போன கைகளோடு வாழ்ந்திருக்கிறார்கள். அடிமை முறை ஒழிக்கப்பட்டு, எவரும் எங்கும் செல்ல முடியும் என்கிற நிலை வந்ததும் அந்தத் தீவில் வாழ்ந்த சிலர் அமெரிக்காவின் வடக்குப் பகுதிக்குச் செல்ல முடிவு செய்கின்றனர். இவர்கள் யாவரும் பேஜெண்ட் இனத்தைச் சேர்ந்தவர்கள்.

இதன் பின்னணியில் உருவாக்கப்பட்டதுதான் Daughter of the Dust. படத்தில் இத்தீவிலிருந்து வெளியேறி அமெரிக்காவின் வடபகுதிக்குச் செல்ல வேண்டும் என்று சில குடும்பங்கள் முடிவு செய்கின்றன. அதற்கான பிரிவு உபசார விருந்து தீவில் நடைபெறுகிறது. விருந்தில் கலந்துகொள்ள எல்லோ மேரி என்கிற பேஜெண்ட் இனப் பெண்ணும், அவரது காதலியும் வருகிறார்கள். இவர்களுடன் ஏற்கெனவே நகரத்தில் வாழ்ந்துகொண்டிருக்கும் வயோலா பேஜெண்ட் என்பவரும் தீவைப் புகைப்படமெடுக்க வரும் ஸ்நெட் என்பவரும் வருகிறார்கள். கிறித்தவ மதத்துக்கு மாறியிருக்கும் வயோலாவுக்கு எல்லோ மேரியைப் பிடிக்காமல் போகிறது. எல்லோ மேரி ஓரினச் சேர்க்கையாளர் என்பதும் அவள் பாலியல் தொழில் செய்கிறாள் என்பதும் காரணமாகிறது.

தீவில் நானா என்கிற மூதாட்டி இருக்கிறார். இந்தக் கதையைத் தாங்கும் தூண் இவர். தன்னுடைய மூதாதையர்கள் மீதும் தங்களது வேர்களின் மீதும் கடும் பற்றுக்கொண்டவர். முன்னோர் வழிபாட்டினையும் சடங்குகளையும் விடாமல் கடைபிடிப்பவர். தன் இனமக்கள் தீவிலிருந்து கிளம்பிப் போவதில் இவருக்கு இஷ்டமில்லை. ஆனால் தடுக்கவும் முடியாமல் இருக்கிறார்.

மற்றொரு தம்பிதியினர் யூலா - ஏலி. யூலா கர்ப்பமாக இருக்கிறார். தீவில் இருந்த வெள்ளையர் ஒருவர் யூலாவைப் பாலியல் ரீதியாகத் தாக்கியிருப்பார். அதனால் பிறக்கப் போகும் குழந்தை தன்னுடையதுதானா என்கிற குழப்பம் ஏலிக்கு இருக்கும். இப்படி ஒவ்வொருவருக்கும் ஒவ்வொரு நினைவும் கதையும் உண்டு. கடைசியாக இவர்களில் யார் தீவிலிருந்து வெளியேறுகிறார்கள், யார் அங்கு தங்குகிறார்கள் என்பதே படத்தின் கதை. வெறும் கதை சொல்லலாக இல்லாமல் பெரும் வரலாற்றையும், ஓர் இனத்தின் அத்தனை வெளிப்பாடுகளையும் சொன்ன விதம்தான் படத்தினை இன்றளவும் பேச வைத்திருக்கிறது.

எந்தவொரு திரைக்கதை வடிவத்துக்குள்ளும் அடங்காத பெரும் பாய்ச்சல் இந்தப் படத்தின் கதை சொல்லும் முறைக்கு இருக்கிறது. படத்தில் அங்கங்கே பின்னணிக் குரல்கள் ஒலித்துக்கொண்டே இருக்கும். அதில் ஒன்று யூலாவுக்குப் பிறக்கப்போகும் குழந்தையின் குரல், மற்றொன்று நானாவின் குரல். பிறக்கப்போகும் குழந்தை எதிர்காலத்தில் என்ன நடந்தது என்பதையும், நானாவின் குரல் மறைந்துபோன காலத்தின் நினைவுகளையும் கூற கதை நிகழ்காலத்தில் நடந்துகொண்டிருக்கும்.

ஜூலி டாஷ் ஆய்வில் கவனம் செலுத்துபவர். ஒரு தீவு உருவானதையும், அதன் மக்கள் அங்கிருந்து வெளியேறத் தொடங்கியதுமான நூற்றாண்டுக் கால வாழ்க்கையினை அவர் சொல்லியிருக்கிறார். அதை நேர்க்கோட்டில் சொல்லாமல் தேவைப்படும் இடங்களில் மட்டும் வசனங்களைக் கொண்டுவந்திருக்கிறார். பேஜெண்ட் இன மக்களான இவர்கள் தங்களின் பெயருக்குப் பின்னால் பேஜெண்ட் என்று சேர்த்துக்கொள்வதைப் பெருமையாகக் கருதுகிறார்கள். பேஜெண்ட் இனத்தின் மூன்று தலைமுறையினரின் மனஓட்டங்களைப் பதிவு செய்கிறபோது ஜூலி எதையும் நியாயப்படுத்தவில்லை. இது சரி என்றும் தவறு என்றும் ஆய்வு செய்யவில்லை. எல்லோருக்குமே அவரவர் தரப்பு நியாங்களைச் சொல்ல இடமளித்திருக்கிறார். இந்தப் படம் வெளியானது **1991**ஆம் ஆண்டு. கதை நடப்பது **1903**இல். கிட்டதட்ட தொண்ணூறு ஆண்டுக்காலம் முன்னோக்கிச் சென்று பதிவு செய்வது என்பது சாதாரணமானதல்ல.

பல சடங்குகள், சைகை மொழியில் சண்டை செய்வது, வேர்களைப் பற்றிப் பேசுவது, அவர்களின் பாரம்பரிய மொழி போன்றவை புரியாவிட்டாலும் அதன் உணர்வு நம்மை வந்தடைகிறது. காலப்போக்கில் இந்த இன மக்களே மறந்து போனதை ஆய்வு மூலமாகத் தேடிக்கொண்டுவந்து தந்திருக்கிறார் ஜூலி.

"நானே முதலும் கடைசியும். நானே ஆராதிக்கவும் தூற்றவும் படுகிறேன். நான் விபச்சாரி, புனிதமானவளும் கூட. நான் ஒரு மனைவி, கன்னியும்தான். நான் தரிசு; பல மகள்கள் எனக்குண்டு. நான் மௌனம். உங்களால் என்னைப் புரிந்துகொள்ள முடியாது. நானே எனது பெயர்"

இப்படி ஒரு குரல் பின்னணியில் ஒலிக்க, தொடங்குகிறது படம். பேசியவர் நானா என்பது தெரிகிறது. இந்தக் குரலின் அத்தனை அடையாளமாகவும் நானா இருக்கிறார். தீவினை விட்டுப் புது வாழ்க்கைத் தேடிப் போகும் ஒவ்வொருவரும் மூதாதையை மறந்துவிடுவார்களோ என்கிற அவரது ஏக்கம் ஒவ்வொரு சொல்லிலும் வெளிப்படுகிறது. "நம் உடலில் ஓடுவது சரிபாதி உப்பு நீர். நாம் இந்த உப்புக் காற்றால் ஆனவர்கள்" என்கிறார்.

நானா அற்புதமான கதாபாத்திரம். யூலா பாலியல் ரீதியாகப் பலவந்தம் செய்யப்பட்டதைப் பெரும் துக்கத்துடன் ஏலி நானாவிடம் சொல்லும்போது, அவர் அதற்கு முன்பு தங்களின் இனம் கண்ட பெரும் வலியை நினைத்துப் பார்க்கச் சொல்கிறார். அவர்களின்

உறுதியில் இருந்தே நாம் இன்று வாழ்கிறோம் என்கிறார். ஆனால், ஏலியால் அதனை ஏற்றுக்கொள்ள முடியவில்லை. கசப்புடனும் ஆவேசத்துடனும் ஏலியிடம் அவன் தீவிலிருந்து கிளம்பி வெள்ளை இன மக்களுடன் வாழப்போவது கொடுங்கனவு போல மாறப்போகிறது என்பதை மறைமுகமாகச் சொல்கிறாள். ஏலிக்கு இது கோபத்தை ஏற்படுத்துகிறது. ஆனால், இதே நானாதான் தனது வம்சாவழியினர் தீவிலிருந்து கிளம்பும் அன்று அவர்களுக்கு ஆசிர்வாதம் செய்து அனுப்புகிறாள். அந்த நேரத்தில் நானா பேசும் ஒவ்வொன்றும் ஒரு முதுதாயின் வார்த்தைகள்.

எல்லோ மேரி தீவுக்குள் வந்ததும் அவளை அனைவரும் ஒதுக்குகிறார்கள். அதை அவள் கம்பீரமாக எதிர்கொள்கிறாள். 'என்னுடைய வேரினைத் தேடி வந்தேன்' என்கிறாள். அவள் கேட்கும் ஒவ்வொரு கேள்வியிலும் எது 'வேசித்தனம்' என்கிற கேள்வி இருக்கிறது. அலைகழிக்கப்பட்ட நாட்களை நினைவுகூருகிறாள். எல்லோ மேரிக்காக ஆதரவு தரும் ஒரே பெண்ணாக யூலா இருக்கிறாள். "எல்லோ மேரியைத் தூற்றுபவர்கள் என்னையும் தூற்றுங்கள்." என்கிறாள். தீவுக்குக் கடைசி விடைகொடுக்க வரும் எல்லோ மேரி நானாவுடன் அங்கேயே தங்குகிறாள். அவளது காதலி மட்டும் ஏக்கப் பார்வையுடன் அங்கிருந்து கிளம்புகிறாள்.

கடந்த காலத்தின் சாட்சியாக இருக்கும் முஹம்மது பிலால் என்கிற முதியவர் மெதுவான குரலில் சொல்கிறார், "தண்ணீருக்குள் எங்கள் மூதாதையர் நடந்து போனதாகச் சொல்கிறார்கள். யாராலும் தண்ணீருக்குள் நடக்க முடியாது. அவர்கள் தண்ணீருக்குள் மூழ்கினார்கள். எவரும் திரும்பவேயில்லை." அதிகம் பேசாத அவர் தன் மூதாதையரின் வார்த்தையாகச் சொல்வது "பெண்கள் மட்டுமே வாழ்க்கையின் இனிமையைத் தர முடியும். அவர்களை ஒருபோதும் கைவிட வேண்டாம் என்றார்கள். இது மட்டும்தான் அவர்கள் சொற்களில் இருந்து எனக்கு நினைவிருப்பது" என்கிறார்.

அழிந்துபோன தங்களை, தாய்மொழியை அறியாது ஆங்கிலம் பேசும் ஓர் இனம் தீவிலிருந்து எதைத் எடுத்துப் போவது, எதை விட்டுச் செல்வது எனத் திணறுகிறது. "என்னிடமிருந்து எனது ஆவியை எடுத்துச் செல்லுங்கள்... அது உங்களுக்கு வழிகாட்டும்" என்கிறார் நானா. தான் மட்டுமே இனி எஞ்சி நிற்கப்போகும் பழைமையின் சாட்சி என்பதால் இந்த வார்த்தைகள் அவரிடமிருந்து வெளிப்படுகின்றன. கிறித்தவத்தைத் தீவிரமாகப் பின்பற்றி மற்றவர்களையும் அதை

நோக்கி ஈர்க்கும் வயோலா கூட இறுதியில் தன்னுடைய மூதாதைக் கடவுளர்களிடம் தஞ்சமடைகிறாள். புதுக்கடவுள், புதுமதம், புதுநிலம், புதுமொழி, புதுக்கடல் எனப் புறப்படும் தனது விழுதுகளை நானா பார்த்துக்கொண்டிருக்கும் காட்சியோடு படம் நிறைவுபெறுகிறது.

ஜூலியின் குறும்படங்களிலும், இந்தப் படத்திலும் ஒளிப்பதிவு வேறோர் இடத்தினைப் பெற்றுவிடுகிறது. வண்ணங்களை எப்படிப் பயன்படுத்த வேண்டும் என்பதைத் தெரிந்துகொண்டிருக்கிறார் ஜூலி. கடற்கரையில் ஸ்நெட் எடுக்கும் ஒவ்வொரு புகைப்படமும் அதற்கு வைக்கப்பட்டிருக்கிற கோணங்களும் வேறொரு பரிமாணத்தைக் காட்டிவிடுகிறது.

ஜூலி டாஷ் இரண்டு நாவல்களை எழுதியிருக்கிறார். ஒன்று இந்தத் திரைப்படம் எடுக்கப்பட்டதன் பின்னணியை வைத்து. மற்றொன்று, இங்கிருந்து கிளம்பிப் போனவர்கள் இருபது வருடங்களுக்குப் பிறகு எத்தகைய வாழ்க்கை வாழ்ந்தார்கள் என்பது பற்றி.

இதற்குப் பிறகு ஜூலி முழுநீளத் திரைப்படம் எதையும் இயக்கவில்லை. மீண்டும் தொலைகாட்சித் தொடர்கள், இசை ஆல்பங்களில் கவனம் செலுத்திவருகிறார். ஆனால், என்ன சொல்ல வேண்டுமோ அதைச் சொல்கிறார். இவருடைய அத்தனை படைப்புகளுமே வரலாற்றினை ஆழப் புரிந்துகொண்டு வெளிப்படுபவையாக இருக்கின்றன.

“இயக்குநராக இருப்பதைவிட சுலமபமானது ஆய்வாளராக இருப்பது. ஆய்வாளர்களின் பணியை நான் திரையில் காட்டிக்கொண்டிருக்கிறேன். அதனால்தான் என்னுடைய படைப்புகளில் மானுடவியல் குறித்த ஆய்வுகள் மேல்நோக்கியிருக்கும். ஒவ்வொருவரும் அவரவர் வேரினை அறிந்துகொள்ள வேண்டும். அதற்கு நான் சற்று உதவுகிறேன்.” எதற்காக இயக்குகிறார் என்பதற்கு ஜூலி தந்த பதில் இது.

இவருடைய பதில் பார்வையாளர்களைச் சிந்திக்க வைக்கிறது, படைப்பாளர்களை உத்வேகப்படுத்துகிறது. இவருடைய எல்லாப் படைப்புகளையும் பார்க்கையில் நானா பேஜெண்ட்டும் ஜூலி டாஷும் வேறல்ல என்றே தோன்றுகிறது.

நட்சத்திரம்

இஷா ரேக்கு (Issa Rae) அமெரிக்காவில் பெரும் ரசிகர் கூட்டம் உண்டு. இவரைத் தங்களது முன்மாதிரியாகக் கொண்ட பலர் இருக்கிறார்கள். இயக்குநர், ராப் பாடலாசிரியர், பாடகி, திரைக்கதையாசிரியர், நடிகை எனப் பல வகைகளிலும் தனது பங்களிப்பைத் தொடர்ந்து தந்துவருகிறார். "எதையும் வித்தியாசமாக யோசிக்க வேண்டும்" என்பதுதான் இஷா ரேயின் மந்திரம். அதை அவர் தொடர்ந்து செய்துவருவதால்தான் இன்று அமெரிக்க ஊடகத்தில் அசைக்க முடியாத இடத்தில் இருக்கிறார்.

டைம்ஸ் இதழ் சிறந்த நூறு ஆளுமைகளில் ஒருவராக இஷா ரேயைத் தெரிவுசெய்தது. இவர் எழுதிய *'Misadventures of an Awkward Black Girl'* புத்தகம் அனைத்துத் தரப்பினராலும் விரும்பி வாசிக்கப்படுகிறது. முன்னணித் தயாரிப்பு நிறுவனங்களின் படங்களிலும் நடித்துவிட்டார். சமீபத்தில் வெளியாகி கவனத்தைப் பெற்ற 'பார்பி' படத்திலும் நடித்திருக்கிறார். இந்தப் பயணம் அவருக்குச் சாதாரணமாக அமைந்துவிடவில்லை. பல தோல்விகள், சறுக்கல்களுக்குப் பின்னரே தனக்கென ஓர் அடையாளத்தைப் பெற்றிருக்கிறார்.

அப்பா மருத்துவர், அம்மா பள்ளி ஆசிரியை. சட்டம் அல்லது வர்த்தகம்தான் இஷா படிக்க வேண்டும் என்பதே பெற்றோர் ஆசை. ஆனால், இஷாவின் கவனம் இலக்கியத்தின் பக்கம் இருந்தது. மேற்படிப்புக்கு ஆப்பிரிக்க இலக்கியத்தைத் தேர்ந்தெடுத்தார். ஸ்டான்ஃபோர்ட் கல்லூரியில் சேர்ந்தபோது தனக்கு நிகழ்ந்ததைக் கதையாக எழுதித் தனது குறிப்பேட்டில் மட்டும் வைத்துக்கொண்டிருந்தார். அக்கதைகளை உடன் படிக்கும் தோழியான ஓலிவர் ட்ரேசியிடம் சொல்ல, அவர் அதனை வீடியோவாக எடுக்கலாமே என்றார். அப்படித்தான் தனது அனுபவங்களை ஓலிவர் ட்ரேசியின் உதவியோடு குறும்படங்களாக மாற்றினார். Dorn Dairies என்ற பெயரில் யூடியூப்பில் வெளிவந்த அந்தத் தொடர் இஷா எதிர்பார்த்த அளவு வரவேற்பைப் பெறவில்லை. ஆனால், மற்ற பல்கலைக்கழக மாணவர்கள் அதனைப் பெரிதும் வரவேற்றார்கள். அதிலிருந்து இஷாவுக்கு இரண்டு விஷயங்கள் தெரியவந்தன. ஒன்று, தன்னுடைய படைப்புகள் பலரைப் போய்ச் சேர வேண்டுமென்றால், பொதுவான பார்வையாளர்களை நோக்கி அது செல்ல வேண்டும் என்பது. Dorn Dairiesஐ பொறுத்தவரை அது மாணவர்களை மையமாகக் கொண்டது. அதனால் வெகுஜனங்களை ஈர்க்கவில்லை என்பதைப் புரிந்துகொண்டார். இரண்டாவது, தனது நகைச்சுவை உணர்வு பலராலும் ரசிக்கப்படுகிறது என்பது. எதையும் மெல்லிய நகைச்சுவையோடு சொல்வதே ரேயின் பெரும் பலம்.

90களில் அமெரிக்கத் தொலைக்காட்சி வெவ்வேறு விதமான நிகழ்ச்சிகள், தொடர்களைக் கொண்டிருந்தது. புதிய சிந்தனைகளுக்குப் பெரும் வரவேற்பு இருந்தது. மற்ற ஊடகங்களைக் காட்டிலும் கறுப்பின மக்களை அது தன்னோடு இணைத்துக்கொண்டது. அவர்கள் நடித்து வெளிவந்த தொடர்கள் பரவலான கவனம் பெற்றன.

இஷா ரே அவற்றை விரும்பிப் பார்த்தார். ஆனால், அவர் மனதில் ஓர் உறுத்தல் இருந்தது. "இவ்வளவுதானா நம் மக்கள் குறித்துச் சொல்ல இருக்கின்றன? நகைச்சுவை என்ற பெயரில் சகிக்க முடியாத ஜோக்குகள் அல்லது ஒடுக்கப்பட்ட வரலாற்றைச் சோகமாகச் சொல்வது. இவற்றைக் கடந்தவொரு வாழ்வியலை ஏன் பதிவு செய்வதில்லை?" என்கிற கேள்வி இருந்தது.

இஷா ரே சிறுவயதில் வசித்த இடத்தில் அவர் குடும்பம் மட்டுமே ஆப்பிரிக்க வம்சாவளியினராக இருந்தனர். அவர் படித்த பள்ளியிலும் இவர் ஒருவரே கறுப்பினத்தவர். மற்றவர்களுடன் சகஜமாகப் பழகினாலும் நாம் இவர்களை விட வேறானவர்கள் என்கிற எண்ணம்

அவருக்குள் இருந்தது. அதனால்தான் இந்தத் தொலைக்காட்சித் தொடர்கள் அவரை ஈர்த்திருந்தன. 'இவை நன்றாக இருந்தாலும் கூட ஏதோ ஒன்றைத் தவறவிடுகிறார்கள். அந்தப் போதாமையை நாம் ஏன் நிரப்பக் கூடாது' என்று நினைக்கத் தொடங்கினார். ஆனால், எப்படி என்றுதான் அவருக்குத் தெரியவில்லை. கல்லூரியில் சேர்ந்தபோது சமூக வலைத்தளங்கள் பரவலாக ஆரம்பித்தன. தான் நினைத்துக்கொண்டிருந்ததைச் செயல்படுத்தத் தொடங்கினார்.

தனக்கான யூடியூப் சேனலைத் தொடங்கி, அதில் வெளியிட்ட தொடரும் அதற்கு அவர் வைத்திருந்த பெயரும் எல்லோரையும் திரும்பிப் பார்க்க வைத்தன. இந்தமுறை தனது தொடரைப் பரவலாக்க வேண்டும் என இஷா முயற்சி எடுக்கவேயில்லை. ஆனால், அது தன் வேலையைச் செய்தது. தொடரைப் பார்த்த யாரும் அது குறித்துப் பேசாமல் இருந்ததேயில்லை. கலை விமர்சகர்களும் அத்தொடர் குறித்து எழுதினார்கள். தொடரின் பெயர் 'An Awkward Black Girl'. அதற்குக் கிடைத்த வரவேற்பும், இஷா ரேயினுடைய கற்பனைத்திறனும் அவருக்குப் பெரும் ரசிகர் கூட்டத்தினை உருவாக்கியது. தனக்குத் தெரிந்தவர்களையே அதில் நடிக்க வைத்தார். அவர்கள் பெரும்பாலும் கறுப்பினத்தவராக இருந்ததால் அது கறுப்பின மக்கள் மட்டும் நடிக்கும் தொடர் என்ற அடையாளத்தையும் பெற்றுக்கொண்டது.

ஜே என்கிற பெண் எதிர்கொள்ளும் அனுபவங்களே An Awkward Black Girl தொடர். இக்கதாபாத்திரத்தில் ரே நடித்திருந்தார். "நான் ஜே. நான் ஒரு பெண், கறுப்பினத்தவள். உலகத்தின் மிக மோசமான இரண்டு விஷயங்கள் இவை என யாரோ ஒருவர் சொல்லக் கேள்விப்பட்டிருக்கிறேன்" என்கிற குரலோடு தொடர் தொடங்கும்.

வேலை செய்யும் இடத்தில், கார் ஓட்டும்போது, காதல் முறியும்போது, உணவுக் கூடங்களில், தெருக்களில், பக்கத்து வீட்டினருடன் இப்படிப் பல அனுபவங்களை ஜே எதிர்கொள்வதே இத் தொடர். சிரிப்புக்கு உத்தரவாதங்கள் உண்டு. நமக்கு ஒருவர் போன் செய்திருப்பார், நாம் பேச வேண்டாம் என நினைத்து இணைப்பைத் துண்டிப்போம். அதே நபர் நமக்குப் பின்னாலேயே நின்றுகொண்டு 'ஹலோ' என்று குரல் கொடுத்தால் அவரை எப்படி எதிர்கொள்வோம்? கையில் அந்த நேரம் போனை வைத்துக்கொண்டிருக்கும் நம்முடைய முகம் என்னவாக மாறும்? என்னவெல்லாம் உளறிச் சமாளிப்போம்? இதைத்தான் கதையாக மாற்றியிருப்பார் ரே. மற்றொரு சூழல். வேலையை விட்டுவிடலாம் என்று ஜே நினைக்கும் சமயம், அலுவலகத்துக்கு

ஓர் இளைஞன் வருகிறார். பார்க்க அழகாக இருக்கிறார். இனி இந்த அலுவலகத்தில்தான் வேலை செய்யப்போகிறார் என்று தெரிந்ததும் ஜே சட்டென்று தனது முடிவை மாற்றிக்கொள்கிறாள். உணர்ச்சிவசப்பட்டு எல்லோரிடமும் இனி என்னுடைய உடல் பொருள் ஆவி எல்லாம் இந்த நிறுவனத்துக்குத்தான் என்று பெருமையுடன் சொல்லிவிட்டு அமரும்போது உடன் பணி செய்யும் பெண் ஜேயிடம், "இவன் எனக்காகத்தான் இங்கு வேலைக்குச் சேர்ந்திருக்கிறான். நாங்கள் டேட்டிங் செய்ய இருக்கிறோம்" என்றதும் ஓர் அவலமான சூழல் ஏற்படும் இல்லையா... இப்படித்தான் ஒவ்வொரு கதையிலும் பல தருணங்களை இஷா ரே வைத்திருக்கிறார்.

கல்லூரிப் படிக்கும் காலத்தில் ராப் இசைப் பாடல்கள் எழுதி இசையமைத்துச் சிறிய இசைக் குழு ஒன்றையும் நடத்திவந்தார் இஷா. ஒருவர் மீது எழும் கோபத்தை ராப் பாடலாக எப்படி மாற்றுவது என்று இத் தொடரில் வரும் ஒரு குறும்படம் நம்மை வெகு நேரத்துக்கு நினைத்து நினைத்துச் சிரிக்க வைக்கும்.

இவருடைய அப்பா செனகல் நாட்டைச் சேர்ந்தவர். அம்மா அமெரிக்காவில் வாழ்ந்த கறுப்பினத்தவர். இருவரும் காதலித்துத் திருமணம் செய்துகொண்டவர்கள். இஷா தனது ஆறு வயதுவரை அப்பாவின் நாடான செனகலில் வாழ்ந்தார். பிறகு அமெரிக்காவில் குடியேறினார். தனது இளமைக் காலத்தில் மீண்டும் செனகலில் சிறிது காலம் தங்கியிருக்கலாம் என்று விருப்பத்தோடு செல்கிறார். பிறகுதான் தனக்குள் ஓர் அமெரிக்கப் பெண் எப்போதும் விழித்துக்கொண்டே இருக்கிறாள் என்று தெரிந்திருக்கிறது. தன்னை ஓர் அமெரிக்கராகவே அவர் அங்கு நினைக்க வேண்டியிருந்தது. அப்பாவின் நாடு என்றபோதிலும் அங்குள்ள கலாச்சாரம் அவருக்குப் புதிதாக இருந்தது. அமெரிக்காவில் தான் ஓர் ஆப்பிரிக்கப் பூர்வகுடியாகவும், செனகலில் அமெரிக்கராகவும் வாழ்ந்துகொண்டிருக்கும் விந்தையையும் சுற்றியுமுள்ளவர்கள் தன்னை என்ன மாதிரியான அடையாளத்தோடு பார்க்கிறார்கள் என்பதையும் யோசித்துப் பார்த்தார். இதுபோன்ற சிந்தனைகள்தாம் பெரும்பாலான கறுப்பினப் படைப்பாளிகளுக்கு இருந்திருக்கிறது. இஷா ரே இச்சிந்தனையைத் தனது படைப்பூக்கமாக மாற்றிக்கொண்டார். ஆனால், எங்குமே தனது நிலையினைப் புலம்பலாக வெளிப்படுத்தக் கூடாது என்பதில் தெளிவாக இருந்தார். அதனால்தான், DORN DAIRIES தொடங்கி அவரது எல்லாப் படைப்புகளிலும் சொல்லவரும் கருத்து எத்தனை கனமானதாக இருந்தாலும் அதைக்

கூர்மையாகவும் நகைச்சுவையாகவும் அவரால் சொல்ல முடிந்தது.

தொடர்ந்து தன்னுடைய தொடருக்கு நல்ல வரவேற்புக் கிடைத்த நம்பிக்கையில் கல்லூரிப் படிப்பு முடிந்ததும் திரைக்கதை எழுத்தாளராகலாம் என முடிவு செய்து ஸ்டுடியோக்களின் கதவுகளைத் தட்ட, அவர்களில் பலரும் இஷா ரேயின் ரசிகர்களாக இருந்தபோதும், பலனேதுமில்லை. "சரி போகட்டும்... வாய்ப்பு வரும்போது பார்த்துக்கொள்ளளலாம். இனி யாரையும் அணுக வேண்டாம். நாம் நமது வேலையைச் செய்வோம். நம்மை விலக்கியவர்கள் ஒருநாள் திரும்பிப் பார்ப்பார்கள்" என அடுத்தடுத்துக் குறும்படங்களை எழுதி இயக்கிக்கொண்டிருந்தார்.

அவர் எதிர்பாராத தொலைக்காட்சி நிறுவனத்திலிருந்து அழைப்பு வந்தது. "Awkward Black Girlஐ முழுநீளத் தொடராகச் செய்துகொடுங்கள்" என பிஙிளி இஷாவை அணுகியது. யாருடைய 'ஹ்மீவ'- க்காகவும் காத்திருக்க வேண்டியதில்லை. நம்முடைய இடத்தை நாமே உருவாக்குவோம் என்று அவர் நினைத்தது நடந்திருந்தது. பிஙிளிக்காக மிழிஷிணிசிஹிஸிணி என்கிற தொடரை எழுதினார். அதற்குக் கிடைத்த பாராட்டில், தொடர்ந்து ஐந்து சீசன்கள் வெளிவந்தன. அந்த வருடத்தின் சிறந்த தொலைகாட்சித் தொடராகப் பெயர் பெற்றது.

அதோடு அவர் கதைக்களமாக எடுத்துக்கொண்ட தெற்கு அமெரிக்காவில், இந்தத் தொடரின் விளைவாகக் கறுப்பர்களின் வர்த்தகம் அதிகரித்தது. ஹூர்ரே என்கிற தயாரிப்பு நிறுவனத்தைத் தொடங்கி அதன் எல்லாத் துறைகளிலும் கறுப்பர்களுக்கு இஷா முக்கியத்துவம் கொடுத்தார். இந்நிறுவனம் வார்னர் நிறுவனத்தோடு இணைந்து பல வெற்றிகரமான தொடர்களைத் தயாரித்திருக்கிறது. அமெரிக்க ஆப்பிரிக்க வம்சாவளியினரின் சட்ட உதவிக்கென்று ஆண்டுதோறும் குறிப்பிட்ட தொகையை இஷாவின் நிறுவனம் ஒதுக்கிவருகிறது. அதோடு சிறையில் தண்டனைப் பெறும் கறுப்பர்களின் குழந்தைகளுக்கான கல்விச் செலவுகளையும் இவரது நிறுவனம் ஏற்றுக்கொண்டுள்ளது.

இஷா ரேயினுடைய குரல் சர்வதேச அளவில் முக்கியமானது. தன்னுடைய பிரபலத்தன்மையை, புகழைத் தன் இன மக்களுக்காகவே பயன்படுத்துகிறார். தனக்குக் கிடைக்கும் ஊடகம் எதுவொன்றிலும் தன்னுடைய முத்திரையைப் பதித்துக்கொண்டே இருக்கிறார். புத்தகம் எழுதுகிறார், யூடியூப் சேனல் நடத்துகிறார், திரைக்கதை எழுத்தாளராக இருக்கிறார், ஒரு நிறுவனத்தை நடத்திவருகிறார். இவற்றையெல்லாம்

இவர் தனக்காகச் செய்யவில்லை, தன் இனத்துக்காகச் செய்கிறார். இதனை அமெரிக்கா அறியும்.

எம்மி விருது நிகழ்வுக்குச் சென்றிருந்தபோது பத்திரிகையாளர்களிடம் "*I am rooting for everybody Black*" என்றார். சில நிமிடங்களில் அது வைரலானது. அந்த வாரமே இந்த வாசகத்தை எழுதிய டிஷர்ட்டுகள் விற்பனைக்கு வந்தன.

இப்படியாக எல்லோரும் கவனிக்கும், பின்தொடரும் நபராக இருக்கையில் பதற்றம் ஏற்படும் இல்லையா என்று இஷாவிடம் கேட்டால், "எதற்குப் பதற்றம்... இயல்பாக இருப்பதும் உண்மையாக இருப்பதும் ஒன்றுதான். இயல்புக்கும் பதற்றத்துக்கும் எந்தவிதத் தொடர்பும் இருக்கவியலாது" என்கிறார்.

ஊடகத்தில் சிறு கல்லை எரிந்து பேரலையை உருவாக்கியவர் இஷா ரே. அவருக்கு மட்டும்தான் தொடக்கத்திலேயே தெரியும், தான் எறிந்தது எரிகல் என்று.